પૃથિવીવલ્લભ

કનૈયાલાલ માણેકલાલ મુનશી

ભારતીય વિદ્યાભવન વતી
ગૂર્જર પ્રકાશન
૨૦૨, તિલકરાજ, પંચવટી પહેલી લેન,
આંબાવાડી, અમદાવાદ ૩૮૦૦૦૬

કિંમત : ₹ 150

પુનર્મુદ્રણ : 2020

પહેલી આવૃત્તિ : 1921

પંદરમું પુનર્મુદ્રણ : જૂન 2003

પુનર્મુદ્રણ : ઑગસ્ટ 2004, 2006, 2011,

જાન્યુ. 2012, જુલાઈ 2012, માર્ચ 2014, જુલાઈ 2015, 2017, 2018

PRUTHIVIVALLBHA

by K. M. Munshi

published on behalf of Bhartiya Vidya Bhavan

by Gurjar Prakashan, Ahmedabad 380 006 (India)

© ભારતીય વિદ્યાભવન, મુંબઈ

પૃષ્ઠ : 12+164

ISBN : 978-93-5175-138-0

નકલ : 1100

પ્રકાશક : **ગૂર્જર પ્રકાશન**

ઉલ્લાસ મનુભાઈ શાહ : 202, તિલકરાજ, પંચવટી પહેલી લેન, આંબાવાડી,

અમદાવાદ-380 006. ફોન : 079-22144663. e-mail : goorjar@yahoo.com

ટાઇપસેટિંગ : **શારદા મુદ્રણાલય**

201, તિલકરાજ, પંચવટી પહેલી લેન, આંબાવાડી, અમદાવાદ-6

મુદ્રક : **ભગવતી ઑફસેટ**

સી/16, બંસીધર એસ્ટેટ, બારડોલપુરા, અમદાવાદ-380 004

અગિયારમી આવૃત્તિ પ્રસંગે

મુનશીજીની શ્રેષ્ઠ નવલકથા કઈ એ વિશે વિભિન્ન મંતવ્યો છે પરંતુ અનેક વિવેચકોના મત પ્રમાણે 'પૃથિવીવલ્લભ' એમની શ્રેષ્ઠ નવલકથા છે.

આજથી પચાસ વર્ષ પૂર્વે એ પ્રકટ થઈ ત્યારે 'પૃથિવીવલ્લભ' જેટલી વખોડાઈ હતી તેટલી જ વખાણાઈ પણ હતી. શતકાર્ધમાં એની અગિયાર આવૃત્તિઓ ગુજરાતીમાં – અને એકથી વધુ આવૃત્તિઓ હિંદી, મરાઠી, બંગાળી, તામિલ, કન્નડ અને અંગ્રેજીમાં – પ્રગટ થઈ ચૂકી છે. ગુજરાતી અને સંસ્કૃતમાં એ કૃતિ નાટ્યસ્વરૂપે પણ રજૂ થઈ છે – ગ્રંથ તરીકે અને તખ્તા પર. આ સર્વ એની સરસતાને અને સજીવતાને અંજલિરૂપ છે.

મુનશીજીના દેહવિલય બાદ પ્રગટ થઈ રહેલી આ આવૃત્તિમાં એમની ઇચ્છાનુસાર એક નવું અંગ ઉમેર્યું છે. ગાંધીજીએ ૧૯૩૬ની સાલમાં 'પૃથિવીવલ્લભ' વાંચ્યા પછી મુનશીજીને એ પરત્વે જે પત્ર લખ્યો હતો તે અને મુનશીજીએ એનો આપેલો પ્રત્યુત્તર સાહિત્યિક દૃષ્ટિએ મહત્ત્વના છે. આ આવૃત્તિમાં આ પત્રવ્યવહાર પરિશિષ્ટરૂપે પ્રકટ કર્યો છે.

ભારતીય વિદ્યાભવન — શાંતિલાલ તોલાટ
ચોપાટી, મુંબઈ - ૭
તા. ૧૫-૪-૧૯૭૧

પ્રસ્તાવના

ચોથી આવૃત્તિ

અત્યાર પહેલાં આ વાર્તાનો તરજુમો મરાઠી અને હિંદી ભાષામાં થયો છે. 'માલવપતિ મુંજ' નામથી એનું નાટક પણ ઘણો વખત ભજવાયું હતું. વર્ષો પર એની ફિલ્મ થયેલી; હવે એનું બોલપટ તૈયાર થાય છે.

આજે એની આ ચોથી આવૃત્તિ ગુજરાતી વાચકો આગળ મૂકતાં મને ફરીથી આનંદ થાય છે.

મુંબઈ :   – કનૈયાલાલ માણેકલાલ મુનશી

તા. ૨૧-૪-૧૯૩૫

ત્રીજી આવૃત્તિ

આ પુસ્તકની ત્રીજી આવૃત્તિ પ્રગટ કરતાં આનંદ થાય છે. આ વાર્તા મારા ધાર્યા કરતાં વધારે સજીવ હોવાથી ઘણી ચર્ચાસ્પદ થઈ હતી. જેટલી એની ચર્ચા થઈ તેટલો જ એમાં વાચકોને રસ પડ્યો હશે તો મારી મહેનત સફળ થયેલી માનીશ.

મુંબઈ :   – કનૈયાલાલ માણેકલાલ મુનશી

તા. ૧૦-૯-૧૯૨૭

પહેલી આવૃત્તિ

અનેક લેખકો મુંજની કીર્તિ તરફ ખેંચાઈ તેને વિશે લખવા પ્રેરાયા છે; અને રસિક ભોજને નામે મધ્યકાલીન માળવા કવિતામાં અમર થયું છે, છતાં તે પ્રતાપી દેશનો પ્રતિનિધિ મુંજ પણ હતો એમ માનવાને કારણ મળે છે.

એનાં બિરુદો એના પ્રભાવનું કંઈક પ્રતિબિંબ પાડે છે અને સમકાલીન કવિઓની પ્રશંસા પણ તે જ સાક્ષી પૂરે છે. તેના સમકાલીન કવિઓમાં નીચે લખેલા કવિઓ આવી જાય છે:

૧. ધનંજય, જેણે दशरूपक લખ્યું છે, તેમાં તે મુંજ વિશે કહે છે :

विष्णोः सुतेनापि धनंजयेन विद्वन्मनोरागनिबन्धेतुः ।
आविष्कृतं मुंजमहीशगोष्ठीवैदग्ध्यभाजा दशरूपमेतत् ।

'આ દશરૂપક જે વિદ્વાનોની પસંદગી અને આનંદનો હેતુ છે તે મેં વિષ્ણુસુત ધનંજય રચ્યું છે; કારણ કે મુંજરાજના ચતુર વાર્તાલાપનો ભાગી થવાને હું ભાગ્યશાળી થયો હતો.'

૨. ધનિક, જેણે સંસ્કૃત અને પ્રાકૃત કાવ્યો લખ્યાં છે અને दशरूपक ઉપર अवलोक નામની સુંદર ટીકા લખી છે. આને કેટલાક ધનંજય માને છે ને કેટલાક ધનંજયનો ભાઈ માને છે.

૩. સર્વદેવનો પુત્ર ધનપાલ છે. એણે 'पाइयलच्छी' નામનો પ્રાકૃતકોશ અને પાછળથી જૈન થયા પછી ऋषभपंचाशिका લખ્યાં.

૪. ભટ્ટ હલાયુધ પહેલાં કૃષ્ણરાજના આશ્રય નીચે માન્યખેટમાં હતો: પછીથી એ મુંજની સભામાં આવ્યો. તેનાં કાવ્યોમાં अभिधान रत्नमाला,

કવિરહસ્ય અને પિંગલછંદ સૂત્ર ઉપર મૃતસંજીવિની નામની ટીકા લખેલી છે.

૫. મૃગાંકગુપ્તના પુત્ર પદ્મગુપ્ત. તેણે મુંજ પછી ગાદીએ આવનાર સિંધુરાજના સમયમાં નવસાસાંકચરિત લખ્યું છે. તે લખે છે:

सरस्वतीकल्पलतैककन्दं
वन्दामहे वाक्पतिराजमेवम् ।
यस्य प्रसादाद्वयमप्यनन्य-
कवीन्द्रचीणे पथि संचरार्मः ।।

'કલ્પલતા સમી સરસ્વતીનો લાડીલો અને જેના પ્રસાદથી જ અમે અપ્રતિમ મહાકવિઓને પંથે વિચરવાને શક્તિમાન થયા છીએ એવા મહારાજ વાક્પતિ (મુંજ)નું અમે વંદન કરીએ છીએ.'

વળી,

दिवं यियासुर्मम वाचि मुद्रा-
मदत्त यां वाक्पतिराजदेवः ।
तस्यानुजन्मा कविबान्धवस्य
भिनत्ति तां संपत्ति सिंधुराजः ।।

'મહારાજા મુંજ સ્વર્ગે જવાથી મારી વાચા પર મુદ્રા પડી, તે મુદ્રા કવિઓના બાંધવ એવા તે મુંજના નાના ભાઈ મેં સિંધુરાજે હવે તોડી છે.'

આ લેખકોની સાક્ષીથી મુંજની કાવ્યરસિકતા ભોજ કરતાં કંઈ ઊતરે એમ લાગતી નથી અને તે માત્ર રસિક જ નહોતો. માળવાના પરમારોમાં તેનું સ્થાન જેવું તેવું નથી. કારણ કે એના દિગ્વિજયની ખ્યાતિ અત્યાર સુધી ઊતરી આવી છે. તેણે માળવાની ચારે દિશા ધ્રુજાવી હોય એમ માનવાને કારણ મળે છે. તેણે સોળ વખત તૈલપને હરાવ્યો એ હકીકત પણ ઐતિહાસિક લાગે છે.

તૈલપ પોતે મહાન વિજેતા હતો. તેણે માન્યખેટ (માલખેડ)માં મોટું સામ્રાજ્ય સ્થાપ્યું હોય એમ લાગે છે. તે ચાલુક્ય વંશનો હતો. કલચુરીના લક્ષ્મણરાજની પુત્રી બોન્થાદેવીનો પુત્ર હતો અને રાષ્ટ્રકૂટ રાજા ભમ્મહની પુત્રી જક્કાલાદેવી જોડે પરણ્યો હતો. એણે પણ ચોલા, ચેદી, પાંચાળ અને ગુજરાત દેશો જીતી આખરે મુંજને હરાવી માળવા પર વિજયપતાકા ફરફરાવી હતી. કાં તો મુંજની સાથે રસાકસીમાં કે ગમે તેમ પણ તેણે 'મહારાજાધિરાજ',

'પરમેશ્વર', 'પરમભટ્ટારક', 'સમસ્તભુવનાશ્રય', 'શ્રીપૃથિવીવલ્લભ', 'સત્યાશ્રયકુલતિલક', 'તાલુક્યાભરણ', 'ભુજબલચક્રવર્તી' અને 'રણરંગભીમ' એવાં અનેક બિરુદો ધારણ કર્યાં હતાં.

એના એક છોકરાનું નામ 'અકલંકચરિત્ર' અથવા 'સત્યાશ્રય' હતું. સ્યૂનદેશનો રાજા ભિલ્લમ યાદવ એનો મહાસામંત હતો અને તેણે જ મુંજને હરાવ્યો હતો એમ લાગે છે. તેની સ્ત્રી લક્ષ્મી થાણાના રાષ્ટ્રકૂટ રાજા ઝંઝાની છોકરી હતી. મૃણાલવતીની કથામાં પણ કંઈક ઐતિહાસિક તત્ત્વ લાગે છે.

મુંજ તરફ અનેક નવલકથાકારો આકર્ષાય છે તેમ હું પણ આકર્ષાયો અને વર્ષો પહેલાં આ વાત લખવાનો વિચાર કરેલો. આખરે સદ્દગત ભાઈ હાજી મહમ્મદના દબાણથી આ વાર્તાનો આરંભ કર્યો હતો. અફસોસની વાત એ છે કે આ પુસ્તક પ્રગટ થાય તે પહેલાં ભાઈ હાજી મહમ્મદનું ખેદજનક મરણ નીપજવાથી આ ચોપડી શોભાવવાની ટાપટીપમાં જે તેમની કીમતી સલાહની મદદ મળત તે મળી નથી.

બાબુલનાથ રોડ, – કનૈયાલાલ માણેકલાલ મુનશી

મુંબઈ :

તા. ૧-૨-૧૯૨૧

મુનશી દંપતીનું સાહિત્ય

કનૈયાલાલ માણેકલાલ મુનશી

1.	કૃષ્ણાવતાર-1, ખંડ 1-2 (ઇનામી)	નવલકથા	500
2.	કૃષ્ણાવતાર-2, 3-4 (ઇનામી)	નવલકથા	475
3.	કૃષ્ણાવતાર-3, 5-7 (ઇનામી)	નવલકથા	450
4.	પાટણની પ્રભુતા	નવલકથા	250
5.	ગુજરાતનો નાથ	નવલકથા	300
6.	રાજાધિરાજ	નવલકથા	350
7.	જય સોમનાથ	નવલકથા	150
8.	પૃથિવીવલ્લભ	નવલકથા	100
9.	ભગવાન કૌટિલ્ય	નવલકથા	140
10.	ભગ્નપાદુકા	નવલકથા	130
11.	લોપામુદ્રા	નવલકથા	190
12.	લોમહર્ષિણી	નવલકથા	160
13.	ભગવાન પરશુરામ	નવલકથા	200
14.	વેરની વસૂલાત	નવલકથા	230
15.	કોનો વાંક ?	નવલકથા	170
16.	સ્વપ્નદ્રષ્ટા	નવલકથા	180
17.	તપસ્વિની (ભા. 1-2) નવલકથા	નવલકથા	450
18.	મુનશીની નવલિકાઓ નવલિકા	નવલકથા	150
19.	સીધાં ચઢાણ (પૂર્વાર્ધ-ઉત્તરાર્ધ)	આત્મકથા	170
20.	અડધે રસ્તે	આત્મકથા	100
21.	સ્વપ્નસિદ્ધિની શોધમાં આત્મકથા	આત્મકથા	130
22.	મારી બિનજવાબદાર કહાણી	આત્મકથન	90
23.	નાટકો	નાટકો	700
24.	આદિવચનો : ભાગ 1-2 નિબંધો	300	
25.	ભગવદ્ગીતા અને અર્વાચીન જીવન	ચિંતન	200
26.	શિશુ અને સખી	કલ્પનાતરંગ	80
27.	નર્મદ : અર્વાચીનોમાં આદ્ય	જીવનચરિત્ર	80
28.	નરસૈંયો : ભક્ત હરિનો જીવનચરિત્ર	જીવનચરિત્ર	110
29.	નરસિંહયુગના કવિઓ જીવનચરિત્ર	જીવનચરિત્ર	100
30.	ચક્રવર્તી ગૂર્જરો	ઇતિહાસ	400
31.	ગુજરાતની કીર્તિગાથા ઇતિહાસ	ઇતિહાસ	200
32.	કુલપતિના પત્રો	પત્રો	125

શ્રીમતી લીલાવતીબહેન મુનશી

અંગ્રેજી પુસ્તકો

Gujarat & its Literature

I Follow the Mahatma

Early Aryans in Gujarat

Akhand Hindustan

The Indian Deadlock

The Aryans of the West Coast

The Imperial Gurjars

Ruin that Britain Wrought

Bhagavad Gita and Modern Life

The Creative Art of Life

The Changing Shape of Indian Politics

Linguistic Provinces & the Future of Bombay

Gandhi : The Master

Bhagavad Gita - An Approach

The Gospel of the Dirty Hand

Glory that was Gurjaradesh

Our Greatest Need

Janu's Death and other Letters

City of Paradise & other Letters

Wolfboy and other Letters

Swan Love and other Letters

Saga of Indian Sculpture

Sparks from a Governor's Anvil

The End of an Era (Hyderabad Memories)

Foundation of Indian Culture

Reconstruction of Society Through Trusteeship

The World We Saw

Replies to the Reader

Warnings of History

Chinese Aggression

Gandhiji's Philosophy in Life and Action

Krishnavatar : Vols. I to VIII

Tapasvini

Bhagavan Parashuram

Prithivi Vallabh

Pilgrimage to Freedom

The Master of Gujarat

Lomaharshini

9

અનુક્રમ

પૃથિવીવલ્લભ

•

ક. મા. મુનશી

પ્રવેશ

વિક્રમની અગિયારમી સદી ચાલતી હતી. હિંદુ રાજાઓ માંહ્યોમાંહ્ય લડતા હતા. રાજ્યોની સ્થાપના ને વિનાશ ચાલ્યા કરતાં હતાં. કેટલાક મહાપ્રતાપી નરેશો સામ્રાજ્યો સરજાવવાના પ્રયત્નો કરી રહ્યા હતા.

લોકો સુખી અને સંસ્કારી હતા. તેમનું જીવન સાદું પણ સચેતન હતું. તેમના આદર્શો સરલ છતાં રસભર્યા હતા.

હિંદમાંથી પ્રતાપ પરવાર્યો નહોતો. તેથી સંસ્કૃતિને આત્મરક્ષણ માટે નિશ્ચલતા સ્વીકારવી પડી નહોતી. સમૃદ્ધ અને સંસ્કારી આર્યાવર્ત સ્વાતંત્ર્ય અને સ્વાસ્થ્યના આનંદો અનુભવતું હતું.

મહમદ ગઝનવીએ દેશનાં બારણાં તોડવાનો આરંભ નહોતો કર્યો; ઈરાન ને તુર્કસ્તાનમાં પેદા થયેલા ઇસ્લામી ઝંઝાવાતનો ભયંકર અવાજ પણ સંભળાતો નહોતો. પરાધીનતા હતી. તે માત્ર સ્વદેશીઓની જ; પરતંત્રતા નજરે ચડતી, તે માત્ર પોતાની પુરાણી સંસ્કૃતિની જ.

આ સદીમાં થઈ ગયેલા પ્રતાપી રાજાઓમાં તૈલંગણનો ચાલુક્ય વંશનો રાજા તૈલપ પણ હતો. તે સંવત ૧૦૨૯માં ગાદીએ આવ્યો અને રાષ્ટ્રકૂટ રાજાઓને વશ કરી દક્ષિણમાં એકચક્ર રાજ્ય કરવા લાગ્યો એટલું જ નહિ, પણ ચોલ, ચેદી, પાંચાલ અને ગુજરાતમાં પોતાની આણ વર્તાવી ભરતખંડમાં ચક્રવર્તી થવાની હોંશ ધરાવવા લાગ્યો અને 'પરમેશ્વર', 'પરમભટ્ટારક', 'સમસ્તભુવનાશ્રય', 'સત્યાશ્રયકુલતિલક', 'ચાલુક્યાભરણ', 'ભુજબલચક્રવર્તી', 'રણ-ગંભીર', 'આહવમલ્લ', નામનાં સૂચક બિરુદો ધરાવવાને ભાગ્યશાળી થયો.

આ ચાલુક્યરાજની કીર્તિ પર એક મોટું કલંક હતું : માલવાના મુંજરાજે તેને અનેક વાર હરાવી, પકડી, અવંતી લઈ જઈ સામાન્ય સામંતની માફક તેની પાસે સેવા કરાવી હતી. આ કલંક દૂર કરવા સં. ૧૦૫૨માં તૈલપ એક મોટું સૈન્ય લઈ તૈલંગણ પર ચઢી આવતા અવંતીનાથની સામે થવા ગયો.

તૈલપ જ્યારે દક્ષિણમાં સામ્રાજ્ય સ્થાપવાના પ્રયત્નો કરતો હતો ત્યારે આર્ય સંસ્કારના તે વખતના કેન્દ્રસ્થાન અવંતીના ધણી મુંજરાજે ઉત્તર હિંદુસ્તાનમાં સામ્રાજ્ય સ્થાપ્યું હતું. અનેક વર્ષો થયાં તે આખા ભરતખંડમાં પોતાની હાક વગાડતો હતો; પોતાની પ્રશંસા કરાવી કવિઓની શક્તિને કસોટી પર ચઢાવતો હતો; રૂપમાં તેની કામદેવની સાથે તુલના હતી. કવિઓ તેનાં રસવાક્યો સાંભળીને સરસ કાવ્યો લખવા પ્રેરાતા. ગણિતશાસ્ત્રીઓ તેની સહાયથી તે શાસ્ત્રને સંપૂર્ણ કરવા મથતા.

તે વિદ્યાવિલાસી હતો; ખૂની અને જુલ્મી મનાતો. તેને વિશે અનેક દંતકથાઓ ઊડતી અને તૈલંગણમાં તે બધી જ મનાતી; અને તેનું નામ સાંભળતાં આખા દેશમાં લોકો કંપતા.

૧

વિલાસવતી

સંવત ૧૦૫૨ના વૈશાખ માસની દશમની સાંજે તૈલંગણના પાટનગર માન્યખેટ[1]ના રાજમહેલના શિવાલયમાં એક બાળા પદ્માસન વાળી બેઠી હતી.

નગરમાં અશાંતિ હતી, કારણ કે રણે ચઢેલા રાજા સંબંધી અનેક ઊડતી ગપો પ્રસરી રહી હતી. કોઈ કહેતું કે મુંજ ગોદાવરી ઓળંગી માન્યખેટ પર ચઢી આવે છે. કોઈ કહેતું કે તૈલપરાજે મુંજને મહાત કર્યો. કોઈ કહેતું કે મુંજ અને તૈલપ બંને દ્વંદ્વયુદ્ધમાં કપાઈ મૂઆ. એમાં ખરું શું અને ખોટું શું તે કોઈ કહી શકતું નહિ; પણ દરેક નવી ગપે લોકોની ચિંતા વધતી.

છતાં પેલી બાળા શાંતિથી બેઠી હતી. તે ધ્યાન કરવાનો ડોળ કરતી હતી; પણ તેનાં હરણશાં ચંચળ નયનો ધીમેથી, ચોરીથી ચારે તરફ ફરતાં હતાં, થોડી-થોડી વાર તે કાન દઈ સાંભળતી અને જરાક નિઃશ્વાસ નાખતી; શંકર ક્યારે સમાધિમાંથી જાગે તેની વાટ જોતાં જગદંબા જાણે નવયૌવના ભીલડી બની, પતિની પરીક્ષા લેવા આવ્યાં હોય એવી તે લાગતી.

આ બાળાનું લાલિત્ય મોહક હતું. પહેરેલા વલ્કલમાંથી નીકળતી શ્વેત, સીધી ડોક જ તપસ્વીઓનાં તપ મુકાવે એવી હતી. તે મીઠું નાનું મુખ, નાનું ટેરવાવાળું ઘાટીલું નાક, સાધારણ ઘાટની પણ ભભકભરી, કાળી, કોડભરી આંખો – આ બધી સામગ્રીઓ જોઈ તપસ્વીઓ શું-શું કરે એ કહી શકાય એમ નહોતું. જોગીરાજ શંકરનું મંદિર, પહેરેલું વલ્કલ, વાળેલું પદ્માસન – આ બધું છતાં વાતાવરણમાં રસતરંગો પ્રસરી રહેતા હતા. તોપણ તેના કપાળ પર

૧. હાલનું માલખેડ

કરચલી પડી હતી. વદન પર ગ્લાનિ દેખાતી હતી. તેની આંખોમાં શિકારીથી સંતાતા ફરતા સસલાનો ગભરાટ હતો.

થોડી વારે તેણે ચારે તરફ જોયું, પદ્માસન છોડ્યું અને બંને હાથની નાની નાજુકડી આંગળીઓ એકમેકમાં જોરથી ભેરવી આળસ ખાધી.

વાડીમાં પડેલાં સૂકાં પાંદડાંનો ખખડાટ થયો અને કોઈનાં પગલાં સંભળાયાં. બાળાએ તરત પદ્માસન વાળી દીધું ને આંખો મીંચી ધ્યાન કરવાનો ડોળ શરૂ કર્યો.

ત્રણ સ્ત્રીઓ શિવાલયનાં પગથિયાં ચઢી. એક સ્ત્રી, જેણે વલ્કલ પહેર્યું હતું તે આગળ ચાલતી હતી. તે ઊંચી, કદાવર, સશક્ત લાગતી, તેનાં અંગની રેખાઓ સંપૂર્ણ હતી. માત્ર તેના માથા પર બાલ સફેદ થવા લાગ્યા હતા; અને ભરેલું ઠસ્સાદાર મોં શીતળાથી છૂંદાયેલું, કદરૂપું થઈ ગયેલું હતું. છતાં આંખોમાં ધારદાર તેજ હતું. દઢ બીડેલા હોઠમાં પ્રભાવ હતો. ઉંમર થઈ હતી છતાં અંગોમાં જુવાનીનું જોમ દેખાતું હતું. પાછળ આવતી બે સ્ત્રીઓ સુંદર હતી અને તેમનાં કીમતી વસ્ત્રો અને આભૂષણો તેમની સ્થિતિ દર્શાવતાં હતાં.

પહેલી સ્ત્રીના મુખ પર દઢતા હતી; તેની આંખોમાં સ્થિર ઝનૂન હતું. બીજી બે સ્ત્રીઓનાં મુખ પર ભય ને ચિંતા દેખાતાં હતાં અને તેમની આંખો આંસુભીની લાગતી હતી.

આગળ આવતી વલ્કલધારિણી તે તૈલપરાજની વિધવા બહેન મૃણાલવતી હતી. બીજી બેમાંથી મોટી તૈલપની રાણી જક્કલાદેવી હતી; નાની જક્કલાદેવીની પિત્રાઈ બહેન અને સ્યૂનદેશના યાદવ રાજા મહાસામંત ભિલ્લમની સ્ત્રી લક્ષ્મીદેવી હતી.

મૃણાલવતી બધાથી આગળ મંદિરમાં પેઠી અને લક્ષ્મીદેવી તરફ ફરી કહ્યું : 'લક્ષ્મીદેવી ! મેં શું કહ્યું હતું ? તારી છોકરી ધ્યાન કરે છે.'

લક્ષ્મીદેવીએ ન સમજાય એવી રીતે હા કહી.

શાંત, કઠોર, સત્તાભર્યા અવાજે મૃણાલવતીએ કહ્યું : 'વિલાસ ! વિલાસ !'

જાણે ધ્યાનમાંથી જાગતી હોય તેમ પેલી બાળાએ આંખો ઉઘાડી અને ચમકવાનો ઢોંગ કર્યો.

'વિલાસ,' કઠોર અવાજે મૃણાલવતીએ કહ્યું, 'જા, બહાર બેસ. અને કોઈ પણ આવતું સંભળાય કે તરત મને ખબર આપજે !'

મૂંગે મોઢે, પગે લાગી વિલાસ બહાર ગઈ. મૃણાલવતીના હુકમો પાળવાની અને તેની જ ઇચ્છા પ્રમાણે વર્તવાની બધાંને ટેવ હોય એમ સ્પષ્ટ લાગતું.

વિલાસવતી મંદિરના ઓટલા પર ગઈ. અને અંદર શું ચાલે છે તે સંભળાય એમ ઊભી રહી.

અંદર મૃણાલવતી કાળા પથ્થરના પોઠિયા પાસે ગઈ અને બોલી: 'જક્કલા !'

'બા !' તૈલપની રાણીએ કહ્યું.

'જો, મેં જેની તને વાત કરી હતી તે આ જગ્યા, માન્યખેટમાંથી નાસી છૂટવું હોય તો આ રસ્તો છે.'

'બા !' ડરતાં-ડરતાં લક્ષ્મીદેવી પૂછવા ગઈ, 'પણ મુંજ આવે એવી કાંઈ ખબર –'

મૃણાલવતીની ભમરો સંકોચાઈ: એક તીક્ષ્ણ નજરે જ તેણે લક્ષ્મીનું વાક્ય પૂરું થવા દીધું નહિ.

'ખબર ને અંતર હોત તો હું કહેત નહિ ?' સખ્તાઈથી તેણે કહ્યું, લક્ષ્મી હોઠ કરડી મૂંગી રહી અને મૃણાલવતીએ આગળ ચલાવ્યું: 'જો, આ પોઠિયો છે, એની નીચે સુરંગ છે.'

'ક્યાં નીકળે છે ?' ધીમેથી માનભેર જક્કલાદેવીએ પૂછ્યું,

'બહાર ભુવનેશ્વરનું મંદિર છે તેમાં.'

'તે તો છેક જંગલમાં છે.'

મૃણાલવતી જવાબ આપે તે પહેલાં પાછી ફરી અને ગર્ભદ્વારમાં વિલાસને ઊભેલી જોઈ સખ્તાઈથી પૂછ્યું: 'કેમ આવી ?'

'બહાર પિતાજી આવ્યા છે.'

'મહાસામંત ?' ભયંકર અવાજે મૃણાલે પૂછ્યું.

'હેં !' લક્ષ્મીદેવીથી બોલાઈ ગયું.

કંઈ અશુભ થયું હશે એમ ધારી, ગભરાયેલી જક્કલાદેવીએ નિરાધારીમાં ભીંત પર હાથ ટેકવ્યો.

'બોલાવ !'

'જેવી આજ્ઞા,' કહી વિલાસ બહાર ગઈ અને તેના પિતાને તેડીને અંદર આવી.

મહાસામંત ભિલ્લમ ઊંચો, પડછંદ યોદ્ધો હતો. તેણે શરીરે બખ્તર પહેર્યું હતું અને તેના હાથે ને કપાળે બે પાટા બાંધેલા હતા.

'મૃણાલબા ! આહવમલ્લ મહારાજનો જય થયો.'

'હેં !' જક્કલા બોલી ઊઠી.

શાંતિથી તેના તરફ ફરી મૃણાલે ડોળા કાઢ્યા અને પૂછ્યું: 'ક્યારે ?'

'પરમ દિવસે. મુંજ ગોદાવરી ઊતરી આ તરફ આવવા જતો હતો ને મહારાજે ભિડાવ્યો.'

જક્કલા, લક્ષ્મી અને વિલાસ ત્રણેનાં મોં પર આનંદ છવાઈ રહ્યો; માત્ર મૃણાલના હોઠ ભયંકર દઢતાથી દબાઈ રહ્યા.

'એના લશ્કરનું શું થયું ?'

'ઘણુંખરું પકડાઈ ગયું ને થોડું નાસી ગયું.'

'મહારાજ આનંદમાં છે ?' જક્કલાદેવીએ ધીમેથી પૂછવાની હિંમત કરી.

'એટલામાં અધીરી થઈ ગઈ ?' મૃણાલે સખ્તાઈથી પૂછ્યું અને ભિલ્લમને પોતે પ્રશ્ન પૂછ્યો: 'પેલા નરપિશાચનું શું થયું ?'

'કોનું, મુંજનું ?' મહાસામંતે પ્રશ્ન કર્યો.

ડોક વતી મૃણાલે હા કહી.

'તેને તો મેં પકડ્યો,' ગર્વથી હસતાં ભિલ્લમે કહ્યું. તે ગર્વ તરફ તિરસ્કારથી મૃણાલવતી જોઈ રહી. 'અને કાલે મહારાજની સવારી અહીંયાં આવવાની છે, તે સંદેશો કહેવા મને મોકલ્યો છે.'

'વારુ ત્યારે, તૈયારી કરવાનો હુકમ આપવો જોઈએ. ચાલો મહાસામંત !'

મહાસામંતનો વિચાર કંઈ ત્યાંથી ખસવાનો જણાયો નહિ.

'હું હમણાં આવ્યો –

'ભિલ્લમરાજ ! તમે પણ હજુ તેવા ને તેવા જ રહ્યા.' મૃણાલે તિરસ્કારથી કહ્યું, 'તમારું હૃદય સાત્ત્વિક થયું જ નહિ.' ભિલ્લમે માત્ર મૂંગે મોઢે માનભેર હસ્યા કર્યું, 'વારુ ઠીક, જક્કલા ! ચાલ વિલાસ.'

'બા !' ભિલ્લમે કહ્યું, 'એને હું હમણાં મોકલી આપું છું.'

'તમે બંને માબાપ જ એ છોકરીના સંસ્કાર બગાડો છો. પછી એ બિચારી નિષ્કલંક કેમ થાય ? ઠીક. વિલાસ ! જલદી આવજે.' કહી સ્વસ્થતાથી મૃણાલવતી ત્યાંથી ગઈ, અને તેની પાછળ-પાછળ જક્કલાદેવી ગઈ.

૨

ભિલ્લમરાજની નિરાધારી

મૃણાલવતી મંદિરમાંથી ગઈ એટલે ત્રણે જણાંએ નિશ્વાસ મૂક્યા.

'મહારાજ !' લક્ષ્મીદેવીએ થોડી વાર મૂંગા રહી કહ્યું, 'કેમ છો તમે ?'

ભિલ્લમ હસ્યો. તેની આંખ સ્નેહભીની થઈ. 'મજામાં; બે-ચાર ઘા વાગ્યા છે, પણ મેં પણ ડંકો વગાડ્યો,' સહર્ષ મહાસામંતે કહ્યું, 'હું ન હો તો મુંજ પકડાત નહિ અને આહવમલ્લ મહારાજનું આવી બનત.'

'એમ ?'

'હા, મુંજ ને મહારાજ વચ્ચે જબરું યુદ્ધ થયું.'

'હાથોહાથ ?'

'હા, તેમના મહાવતો મરાયા એટલે નીચે ઊતરી તેમણે હાથોહાથ લડવા માંડ્યું.'

'પછી ?'

'પછી શું, ક્યાં મુંજ ને ક્યાં મહારાજ ? મહારાજને શરીરે ઘા પડ્યા હતા. તે પડવાની તૈયારીમાં હતા ને મેં દીઠા તેવો જ હું ઊતરી તેમની વહારે ધાયો ને મુંજની સામે થયો. દેવી ! શું અમારું યુદ્ધ ! ચાર ઘડી કોઈએ મચક આપી નહિ. ત્રૈલોક્ય આખું તે જોઈ રહ્યું.' ભિલ્લમે શ્વાસ ખાધો. તેની સ્ત્રી અને પુત્રી આતુરતાથી જોઈ રહ્યાં.

'મારી પણ ખરી કસોટી હતી. આખરે હું જબરો નીકળ્યો. મુંજરાજે જરા ઠોકર ખાધી ને મેં પકડ્યો.'

'શાબાશ !' લક્ષ્મીદેવીએ આંખો વડે જ ઓવારણાં લઈ કહ્યું.

'બાપુ !' વિલાસવતીએ ધીમેથી પૂછ્યું, 'મુંજ કેવો છે ?'

'કાલે જોજે ની. એ પણ જબરો છે. જેવો મેં એને પકડ્યો એટલે તેણે હસીને મારો વાંસો થાબડ્યો અને કહ્યું: ધન્ય છે ભિલ્લમરાજ ! અવનિમાં તું જ આ કરી શકે.'

'અરે વાહ !' લક્ષ્મીદેવીએ કહ્યું.

'બાપુ ! કાલે હું એને કેમ જોવાની ?' વિલાસવતીએ પૂછ્યું.

'કેમ શું છે ?'

'નાથ !' લક્ષ્મીદેવીએ પાસે આવી ધીમેથી કહ્યું, તેના હોઠ સખત પિસાયા ને તેની આંખમાંથી ઝેર નીકળ્યું, 'અહીંયાં તો જુલ્મ છે.'

'કેમ ?'

'તમે તો રણમાં જ તમારા દિવસો પૂરા કરો છો, એટલે અમારું દુઃખ ક્યાંથી જાણો ? અમે કેટલાં ઓશિયાળાં થઈ ગયાં છીએ ? જક્કલાદેવી કંઈ કરી શકે નહિ તો હું કોણ ?' બોલતાં બોલતાં લક્ષ્મીનો દબાયેલો જુસ્સો ઊછળી આવ્યો, તેણે આંખમાંથી આંસુ લૂછ્યું: 'મારું તો જે થાય તે, પણ આ બિચારી કાચી કેળ જેવી વિલાસના પણ શા ભોગ લાગ્યા છે ?'

'દેવી !' જરા ખેદભર્યા અવાજે ભિલ્લમે કહ્યું, 'તું જાણે છે તો ખરી, આ પરાધીનતા આપણે શા માટે વેઠીએ છીએ.'

'હું જાણું છું – જાણું છું.' લક્ષ્મીદેવીએ અકળામણ કાઢતાં કહ્યું, 'પણ હું તો થાકી ગઈ. તમારા જેવા અપ્રતિમ યોદ્ધાને આનાથી સારી ચાકરી જ્યારે જોઈશે ત્યારે મળશે.'

નિસાસો નાખી મહાસામંતે લક્ષ્મીને શાંત પાડવા પ્રયત્ન કર્યો: 'દેવી ! તું ઘણી અધીરી છે. તને આ ઓશિયાળો રોટલો સાલે છે ને મને નથી સાલતો ? મારી રાંક પ્રજા નિરાધાર પડી છે – તું – મહારાજાઓની તનયા.'

'નાથ !' રાષ્ટ્રકૂટ નરપતિઓના કુળમાં જન્મેલી લક્ષ્મીએ ઠપકો દીધો, 'આ બધું મારે માટે મને લાગે છે ?'

'ના, સતી ! તે હું જાણું છું. હું પોતે અહીંયાં નિરાધાર ગુલામ છું; તૈલપની કીર્તિ વધારવા નિમાયેલો નોકર છું,' કડવાશથી મહાસામંતે કહ્યું,

'પણ શું કરીએ? આઠ-આઠ વર્ષ લડ્યા પણ વિધિએ કંઈ વળવા દીધું નહિ. આખરે આ એકની એક દીકરીની ખાતર આ અધમતા –' વિલાસવતી દૂર ઊભી-ઊભી, મહામુશ્કેલીએ આંખમાં આવતાં આંસુ રોકવાનો પ્રયત્ન કરતી હતી. લક્ષ્મીદેવીની આંખમાંથી દડદડ આંસુ ખરતાં હતાં. ભિલ્લમે વાત બદલી:

'બેટા! તું તો સુખી છે ને?'

'હા,' ધીમેથી વિલાસે કહ્યું.

કટાક્ષથી લક્ષ્મીદેવીએ ઉમેર્યું: 'એને સુખ શું ને દુઃખ શું? એને તો મૃણાલબાએ હાથમાં લીધી છે, ને જેવો સત્યાશ્રય કુંવર અકલંકિત છે તેવી આ બિચારીને કરવા માંડી છે. આ બિચારી કાચી કેળ જેવી મારી દીકરીને પણ છૂંદવા માંડી છે.'

મહાસામંત ફિક્કું હસ્યો: 'વિલાસ, તને કેમ લાગે છે?'

'બામાં જરા અસંતોષવૃત્તિ વધારે છે. હવે તો મારામાં શાંતિ આવતી જાય છે,' મીઠાશથી વિલાસ બોલી.

'દીકરા! સત્યાશ્રય કુંવરને લાયક તું થાય અને તેની જોડે તારાં લગ્ન થાય એટલે અમે સોમ નાહ્યાં.'

'બાપુ! લાયક થવા મથું છું તો ખરી.'

'હા,' લક્ષ્મીએ કહ્યું, 'ને તારી જુવાની બળીને રાખ થશે ત્યારે તું લાયક થશે.'

'બેટા!' ભિલ્લમે દીકરીને કહ્યું, 'આજે તારી બાનો પિત્તો ઊછળેલો છે. એનું બોલવું ગણતી નહિ. જો, હવે આપણે જઈએ. મેં એક વિચાર કર્યો છે.'

'શો?' લક્ષ્મીએ પૂછ્યું.

'મહારાજ પાસે થોડા વર માગી લઈશ. મારી સેવા જોઈ આપ્યા વિના રહેશે નહિ.'

'શું સ્યૂનરાજની નિરાધારી!' લક્ષ્મીએ ટીકા કરી. તે ટીકા પર ધ્યાન આપ્યા વિના ભિલ્લમે આગળ ચલાવ્યું:

'એક તો વિલાસના લગ્નનું ચોક્કસ કરી દઈએ; ને તેને પરણાવી પછી આપણે દેશ જઈએ.'

'એ સૂરજ ક્યારે ઊગવાનો ?' શંકાશીલ લક્ષ્મીએ જવાબ દીધો.

'ઊગશે, ઊગશે. અધીરી નહિ થા. ચાલો,' કહી ત્રણે જણાં મંદિરમાંથી નીકળ્યાં.

'બાપુ ! મારે મુંજ જોવો છે.'

'કાલે સવારીમાં જોજે ને.'

'એ બાપડી ક્યાંથી જોવાની હતી ?' લક્ષ્મીએ કડવાશથી પણ ધીમેથી કહ્યું, 'મૃણાલબા કહેશે કે એવી જિજ્ઞાસાથી તો એનું વૈરાગ્યવ્રત તૂટી જાય. એક સોળ વર્ષથી થયેલી વિધવા પણ સરખી ને બીજી સોળ વર્ષની કન્યા પણ સરખી !'

'એ શું બોલે છે ?' જરા સખ્તાઈથી ભિલ્લમે કહ્યું, 'કોઈ સાંભળશે. ભાન છે ?'

'બાપુ !' વિલાસવતીએ કહ્યું, 'તમે મૃણાલબાને કહેશો તો માનશે.'

'હા, જરૂર કહીશ,' કહી ભિલ્લમ મૂંગો રહ્યો.

૩

મૃણાલવતી

મૃણાલવતી જક્કલાદેવી જોડે મહેલમાં ગઈ અને આવતીકાલની સવારી માટે તૈયારી કરવા હુક્મ આપવા લાગી.

મૃણાલવતી હાલ છેંતાળીશ વર્ષની હતી અને ત્રીસ વર્ષ પહેલાં તેના પતિનું મૃત્યુ થવાથી તે સંસારથી પરવારી ગઈ હતી. તૈલપ તેનાથી પાંચ-સાત વર્ષે નાનો હતો; અને મા મરી ગયેલી હોવાથી મોટી બહેનની પ્રીતિ ભાઈ ઉપર ચોંટી. તૈલપને ઉછેરવો, કેળવવો, શસ્ત્ર અને રાજ્યકળામાં પારવધો બનાવવો અને તેને પાણી ચઢાવી શૂરવીર બનાવવો એ કાર્યમાં તે મચી રહી.

થોડે વર્ષે તૈલપ ગાદીએ આવ્યો, એટલે મૃણાલે રાજ્યકારભારમાં પણ પોતાની બુદ્ધિનો ઉપયોગ કરવા માંડ્યો. તૈલપ રાજ્યકારભારમાં પણ તેના જેટલો બાહોશ નહોતો, એટલે થોડા વખતમાં તૈલંગણના રાજ્યની બધી સત્તા તેણે હાથ કરી. તૈલપ રાજ્ય ચલાવતો, વિગ્રહો આદરતો, દેશપરદેશ પોતાની આણ વર્તાવતો; પણ મૃણાલ આગળ નાનો ભાઈ જ બની જતો. બહેનનો શબ્દ તે ઉથાપતો નહિ. તેની બુદ્ધિથી જ તે રાજ્ય ચલાવતો; તેના ઉત્સાહે જ સમરાંગણો ખેડતો.

મૃણાલનો સ્વભાવ નાનપણમાં હેતાળ અને રસિક હતો. જેમ-જેમ જુવાની ખીલવા લાગી તેમ તેમ તેના અંતરમાં કંઈ ન સમજાય એવી ઊર્મિઓ આવવા લાગી. કેટલીક ઊર્મિઓ, તે વિધવા હતી તેથી સંતોષાય એવી નહોતી; કેટલીક સર્વોપરી રાજ્યસત્તા તેના હાથમાં હતી તેથી ઊભી થવા દેવાય એમ નહોતી; કેટલીક તૈલપનું ચારિત્ર્ય શુદ્ધ અને સીધું બને તેથી

દબાવી દેવી પડતી. પરિણામે, મૃણાલને વૈરાગ્ય-જીવનનો શોખ લાગ્યો.

તેણે ધીમે-ધીમે પોતાની સુખ કે દુઃખ અનુભવવાની કોમળતા સૂકવી નાંખી; આર્દ્રતા ને કરુણતાને જડમૂળથી ઉખેડી નાંખ્યાં. આ બધું કરતાં તેને ભયંકર તપ આદરવું પડ્યું, તે તપે તેના હૃદયને શુષ્ક, ને તેની નિશ્ચયાત્મક બુદ્ધિને નિશ્ચલ બનાવ્યાં.

તેનું ચારિત્ર્ય બદલાતાં, સંસાર તરફ પણ તેનું દૃષ્ટિબિન્દુ બદલાયું. તેણે સુખદુઃખના કીચડમાં બધા સંસારને ટળવળતો દીઠો; અને સખત વૈરાગ્ય વિના તેનો ઉદ્ધાર નથી, એમ તેને ખાતરી થવા લાગી. રાજ્યમાં તેની સત્તા સર્વમાન્ય હતી અને તે સત્તાનો ઉપયોગ પ્રજાના ઉદ્ધાર માટે ન કરવો એ તેને મોટું પાપ લાગ્યું. જે રીતે તેણે પોતાની ઊર્મિઓ વશ કરી હતી, જે રીતે પોતાનું અશાંત હૃદય સ્વસ્થ અને કઠણ બનાવ્યું હતું; તે રીતે પ્રજાજીવનમાં ઊછળી રહેલી ઊર્મિઓ, આનંદ અને કુમાશને વશ કરવાના તેણે પ્રયત્નો આરંભ્યા.

આ રાજ્યનીતિને અનુસરીને તેણે શાસનો પર શાસનો કાઢ્યાં. તેણે કવિઓ, નટો અને ગાયકોને દેશપાર કર્યા; આનંદોત્સવો બંધ કર્યા; જાહેરમાં થતા કલ્પાંત પર અંકુશ મૂક્યો. ગામમાં, રાજમહેલમાં સખ્તાઈ અને સ્વસ્થતા પ્રસરી રહ્યાં, દરેક પ્રકારનો સંબંધ શુષ્ક, નિયમિત અને નિષ્કલંક થતો ગયો. પ્રેમ, ઉત્સાહ, આનંદ એ બધા મોટા ગુના હોય એવું કંઈ વાતાવરણ પ્રસરવા લાગ્યું.

જાહેરમાં, પ્રેમીઓ સહધર્મચારીઓ જ બની રહ્યાં; આનંદમગ્ન કુટુંબીઓ એક યંત્રનાં ચક્રો થઈ રહ્યાં; ઉત્સવપ્રસંગો શુષ્ક નિયમે નીરસ થઈ રહ્યા. તત્ત્વજ્ઞાનીઓ અને તપસ્વીઓએ કવિઓનું સ્થાન લીધું. નીતિ અને નિયમના તાપમાં પ્રજાજીવનમાં રહેલી આર્દ્રતા શોષાઈ ગઈ. સ્નેહ, આનંદ અને ઉત્સાહના લહાવા લોકો ખૂણે ભરાઈ રાજ્યસત્તાથી ડરી, કોઈ ન જાણે એમ લેવા લાગ્યા.

જ્યારે તૈલપરાજનો પુત્ર સત્યાશ્રય બાલવયમાં આવ્યો ત્યારે તેની પણ કેળવણી મૃણાલવતીએ હાથમાં લીધી; અને ધીમે-ધીમે સત્યાશ્રય પણ ફોઈના આદર્શ પ્રમાણે પોતાનું ચારિત્ર્ય ખીલવવા લાગ્યો.

. આ સખત જીવનનું પરિણામ ઘણું સારું આવ્યું. તૈલંગણ દેશના યોદ્ધાઓ સખત, દૃઢ અને ભયંકર થતા ગયા; અને તૈલપરાજે સહેલાઈથી દિગ્વિજયો કરવા માંડ્યા. આ દિગ્વિજયનો પહેલો ભોગ સ્યૂનદેશ થઈ પડ્યો. ભિલ્લમરાજે રાખેલી ટેક તેણે છોડી. રણમાં પડવા તેણે ઘણાં ફાંફાં માર્યાં, પણ તેની આવરદાની દોરી લાંબી નીકળી. તેને કેદ કરી માન્યખેટ લઈ જવામાં આવ્યો; પણ તેને મારી નાખવાના ઇરાદામાં તૈલપ સફળ થયો નહિ. મૃણાલે ભિલ્લમનો પક્ષ લીધો, તેને મરતો બચાવ્યો, તેનું રાજપાટ પાછું અપાવ્યું, તેની એકની એક છોકરી જોડે સત્યાશ્રયનું વેવિશાળ કર્યું. પણ આ મહેરબાનીની તેને ભારે કિંમત આપવી પડી. તેને સહકુટુંબ માન્યખેટમાં રહેવું પડ્યું: તૈલપના મહાસામંત થઈ તેની કીર્તિમાં વધારો કરવો પડ્યો; અને વિલાસવતીને નિષ્કલંક જીવનના પાઠ પઢવા મૃણાલવતીને સોંપવી પડી.

વૈરાગ્યના આદર્શો સિદ્ધ કરતી વિમલ, સખત અને નિશ્ચલ નિયમોને પોતાના અને પારકા જીવનમાં પ્રેરતી મૃણાલવતી તૈલંગણની અધિષ્ઠાત્રી દેવી હતી. આવા નિર્દ્વંદ્વ બની રહેલા હૃદયમાં પણ એક ભાવ માટે સ્થાન હતું – અને તે ભાવ તેના ભાઈની કીર્તિ. બાલપણથી તેણે તૈલપને પાણી ચઢાવવા એવા પ્રયત્નો કર્યા હતા, અને તે પ્રયત્નોથી તૈલપે એવી કીર્તિ મેળવી હતી કે તે કીર્તિ તે પોતાની સમજતી; અને તે કીર્તિ આડે આવનારને છૂંદી નાખવામાં તે પોતાની પ્રભાવશાળી નિશ્ચયાત્મક બુદ્ધિનો ઉપયોગ કરતી.

મુંજરાજ તૈલપની કીર્તિનો રાહુ હતો; પંદર-સોળ વાર તેણે તૈલંગણરાજને ધૂળ ચાટતો કર્યો હતો. અને ઘણી વખત તેને ખંડણી આપી પોતાનું રાજ્ય નિરાંતે ભોગવવાની તૈલપની ઇચ્છા થઈ આવતી. પણ આ ઇચ્છાના અંકુરો મૃણાલના અચલ નિશ્ચય આગળ ફૂટતાં જ કરમાઈ જતા. ખરું જોતાં મુંજ અને તૈલપના વિગ્રહમાં મુંજ અને મૃણાલની પ્રબળ ઇચ્છાશક્તિઓનું દારુણ દ્વંદ્વયુદ્ધ જ થતું હતું.

આખરે મૃણાલ જીતી – મુંજ હાર્યો. આ વિચાર કરતાં મૃણાલના શુષ્ક, વૈરાગ્યવિલાસી હૃદયમાં, નિર્જન રણમાં ઠંડો મીઠો વાયુ વાય તેમ સંતોષ અને ગર્વનો સંચાર થયો. મુંજ ભરતખંડમાં પૃથિવીવલ્લભને નામે પંકાતો હતો.

તે પૃથિવીવલ્લભને પણ દાસાનુદાસ બનાવ્યો હતો. આથી વધારે સંતોષનું કારણ શું હોય ?

જક્કલાદેવી સાથે મૃણાલ મહેલમાં પાછી ગઈ ત્યારે તેના હૃદયમાં આવા વિચારો અસ્પષ્ટરૂપે આવ્યા. મહેલમાં જઈ તેણે સવારીની તૈયારીઓ કરવાના હુકમ કાઢ્યા; અને શહેરમાં સામાન્ય નિયમો તોડી કેવી રીતે ધામધૂમ કરવી તેની યોજના કરવા આગેવાન નગરજનોને તેડી મંગાવ્યા.

એટલી વારમાં ભિલ્લમ, લક્ષ્મીદેવી ને વિલાસ આવી પહોંચ્યાં. ભિલ્લમના મુખ પર ખિન્નતા હતી. લક્ષ્મીદેવીના મુખ પર અદૃષ્ટ તિરસ્કાર હતો. વિલાસ તેવી ને તેવી જ શાંત ને મીઠી હતી.

'બા !' ભિલ્લમે પૂછ્યું, 'બધી તૈયારીઓ કરવાનો હુક્મ આપ્યો ?'

'કેમ ?' જરા સખ્તાઈથી મૃણાલે પૂછ્યું.

'આપણે પૃથિવીવલ્લભને લઈ આવ્યા છીએ. તૈયારીઓ તેને યોગ્ય કરવી જોઈએ.'

એક પળવાર મૃણાલની તેજસ્વી આંખોમાં તીક્ષ્ણતા આવી. 'મહાસામંત !' શાંતિથી તેણે કહ્યું, 'હવે પૃથિવીએ વલ્લભ બદલ્યો.'

'તો એ ઉત્સવ પણ આપણે ઊજવવો જોઈએ,' ભિલ્લમે હસીને કહ્યું.

'તમને લોકોને જ્યાંત્યાંથી કંઈ મજા જોઈએ. તમારામાં સદ્બુદ્ધિ ક્યારે આવશે ?'

'બા ! આ પ્રસંગ કાંઈ જેવોતેવો નથી,' ભિલ્લમે હિંમતથી કહ્યું.

ભિલ્લમની આમ બોલવાની રીતથી મૃણાલે અજાયબ થઈ ઊંચું જોયું. તેણે આવો વિજય મેળવ્યો તે વિચાર કરી તેણે તિરસ્કારપૂર્વક દરગુજર કરી અને પૂછ્યું : 'કેમ ?'

'મુંજ જેવો નર આખી પૃથિવીમાં સો વર્ષે એક પાકે, હજાર વર્ષે, નજરે ચઢે; પણ દસ હજાર વર્ષે પણ આમ પકડાઈ આવતો ભાળીએ નહિ.'

તિરસ્કારભર્યાં, શાંત, સ્થિર નયને મૃણાલ આ પ્રશંસા સાંભળી રહી.

'તમે આજ ઘણા અસ્વસ્થ થઈ ગયા છો,' ખંજરની સચોટતાથી મૃણાલ બોલી.

બીજી વખતે ભિલ્લમ મૂંગો થઈ જાત; પણ પોતે મેળવેલા વિજય અને

લક્ષ્મીદેવીના સખત વચને તેનામાં બેહદ હિંમત પ્રેરી હતી. તેણે કહ્યું : 'શા માટે નહિ? ચોરાશી ભવમાં ભાગ્યે જ આવો નર એકલે હાથે હરાવવાનું ભાગ્ય મળે.'

'મહાસામંત!' તિરસ્કારથી હસી મૃણાલે કહ્યું, 'અહંતા એ બધાં પાપનું મૂળ છે.' તેનો અવાજ સિંહણના જેવો વિકરાળ થઈ ગયો; અને ભિલ્લમના બહાદુર હૃદયમાં પણ બીક પેઠી.

'બા! પણ તમારે એક વાનું તો કરવું પડશે.'

'શું?'

'કાલે સવારી જોવા આવવું પડશે.'

'હું?' પોતે સામાન્ય મનુષ્યજાતિથી ઊંચી ભૂમિકાએ પહોંચી હોય તેમ પૂછ્યું.

'હા. કાલ જેવો પ્રસંગ ભવોભવમાં નહિ આવે. મુંજ પકડાયો તેનો જશ તમને છે; એટલે તમારે તો આવવું જ જોઈએ.'

'નયનો સંતોષવાનું પ્રાયશ્ચિત્ત મારે કેટલું કરવું પડે?' જરાક હસીને મૃણાલે કહ્યું.

'તમે ક્યાં તમારી જિજ્ઞાસા સંતોષવા આવવાનાં છો? એથી તો માત્ર લોકોને સંતોષ મળશે.'

'ભિલ્લમરાજ! પાપ કરવું ને કરાવવું તે વચ્ચે હું કંઈ ભેદ જોતી નથી. છતાં ઠીક છે; હું રાત્રે વિચાર કરીશ.'

'આ વિલાસને પણ સવારી જોવી છે.'

મૃણાલની ભ્રૂકુટિ સંકોચાઈ. 'મહાસામંત! તમે એ છોકરીને બગાડવાના છો.' વિલાસ તરફ ફરી તેણે સખ્તાઈથી ઉમેર્યું, 'તેં સવારી નથી જોઈ? લશ્કર નથી જોયું? તૈલપરાજ નથી જોયો? એ બધાંને જોવાની આટલી હોંશ!'

'પણ એ બિચારી મુંજને ક્યારે જોશે?' ભિલ્લમે કહ્યું.

'મુંજમાં જોવાનું છે શું? એ જ હાડકાંનો માળો, એ જ ચામડું, એ જ નરકની બનેલી દેહ,' કમકમાં આવે એવા તિરસ્કારથી મૃણાલે કહ્યું.

ભિલ્લમ હસ્યો : 'બા! પણ આ હાડકાંનો માળો કંઈ ન્યારો જ છે.'

'કેમ?'

'એના જેવું રૂપ મેં બીજું જોયું નથી.'

'રૂપ! રૂપ! આ શું ગાંડાં કાઢો છો? સીધા ને ચીબા નાકમાં શો ફેર? ઝીણી ને મોટી આંખમાં શો ફેર? આખરે બધાં બળીને ખાખ થવાનાં. મુંજમાં રૂપ હોય તેથી બળતાં થોડી વાર લાગવાની?'

'બા! તમે જોજો પછી વાત. હું કવિ નથી –'

'સારું છે; નહિ તો દેશનિકાલ કરવા પડત.' મૃણાલે હસીને કહ્યું.

'પણ નહિ હોય તેને પણ –'

'મહાસામંત! હવે ઘણું થયું.'

'જેવી આજ્ઞા, પણ વિલાસ –'

મૃણાલના મુખ પર પાછી સખ્તાઈ આવી.

'વિલાસ! હું જોવા આવીશ, તો એને પણ લાવીશ. થયું?' કહી જરા તોછડાઈથી મૃણાલ ત્યાંથી ચાલી ગઈ.

ભિલ્લમરાજ પોતાની સ્ત્રી તરફ ફર્યો: 'દેવી! કાલે વિલાસને સવારી જોવા આવવા દેશે.'

'કેમ જાણ્યું?'

'મૃણાલબા આવ્યા વિના નહિ રહે.'

'બાપુ!' વિલાસે પૂછ્યું, 'મુંજ કવિ છે?'

'કવિઓનો પણ કવિ છે, એમ લોકવાયકા છે. એના લશ્કર સાથે પણ કવિઓ છે.'

'બા! કવિઓને લોકો કેમ ધિક્કારતા હશે?' વિલાસે લક્ષ્મીદેવીને પૂછ્યું. લક્ષ્મીદેવીનો ગુસ્સો હજુ ઊતર્યો નહોતો.

'પૂછ તારા બાપુને. તે રાજા હતા ત્યારે ઘણા કવિઓ રાખતા.'

ભિલ્લમે નિસાસો મૂક્યો: 'હું તને દેખાડીશ; કાલે ઘણા આવશે. જા બેટા! મૃણાલબા ગુસ્સે થશે.'

વિલાસે પણ નિસાસો મૂક્યો; અને ત્યાંથી ચાલી ગઈ.

ભિલ્લમ લક્ષ્મીદેવી તરફ ફર્યો: 'દેવી! શા માટે બળતાને બાળો છો?'

લક્ષ્મીએ પાસે આવી ભિલ્લમના ખભા પર હાથ મૂક્યો અને સ્નેહપૂર્વક કહ્યું: 'મહારાજ! એટલું જ દેખાડવા કે તમે અત્યારે પૃથિવીવલ્લભના પણ

વલ્લભ થયા તોપણ પરાધીન તે પરાધીન.'

'બે વખત વધુ કહી સંભળાવે હું ઓછો પરાધીન થવાનો હતો ?'

'ના, પણ એથી મહારાજ મટી મહાસામંત નહિ થઈ રહો. આ દીકરી પરણી જાય કે પછી તમારે આ પરાધીનતા છોડવાની છે,' ઘણી જ ધીમેથી લક્ષ્મીદેવીએ કહ્યું, અને બંને જણાંએ મૂંગાં-મૂંગા ત્યાંથી ચાલવા માંડ્યું.

✻   ✻   ✻

મૃણાલવતી નાહી-ધોઈ, ધ્યાન કરવા બેઠી, છતાં ચિત્તને સ્થિર થતાં વાર લાગી. તેને પોતાના પર તિરસ્કાર આવ્યો. પોતે પણ બીજા નિર્માલ્ય પ્રાણીની માફક આ વિજયથી અસ્વસ્થ બની ગઈ. આખરે તેણે મહાપ્રયત્ને ધ્યાન કર્યું.

ધ્યાન કરી રહીને તે વિચાર કરવા બેઠી કે, કાલે સવારે જોવા જવું કે નહિ. પોતે પણ સામાન્ય નરનારીની માફક આવે પ્રસંગે આનંદ પામી જોવા નીકળે ? શું તેને જોવાનો શોખ લાગ્યો ? થોડી વારે તેને ખાતરી થઈ કે માત્ર સવારી જોવાનું મન તો તેને નથી જ.

ત્યારે શું મુંજને જોવાનું મન થતું હતું ? તેના ભાઈના ગૌરવના દુશ્મન, આર્યાવર્તમાં અપ્રતિમ ગણાતા નરેશને જોવાનું મન બધાંને હોય; પણ તેને શા માટે થાય ? તેના વિરાગી હૃદયને એવું તે કંઈ લાગે ? તે હસી. પોતે આવી ક્ષુદ્રતા તો ક્યારની છોડી દીધી હતી.

ત્યારે શા માટે તે જોવા જાય ? તરત પ્રેરણા થઈ – કારણ સમજાયું: તે પોતે આ દેશના રાજ્યકાર્યભારની વિધાત્રી હતી; તે આવે પ્રસંગે અદૃષ્ટ રહે તો વિધાત્રીના ધર્મથી ભ્રષ્ટ થાય.

આ કારણ ખરું છું કે ખોટું તે વિશે તેણે લાંબો વખત વિચાર કર્યો અને આખરે તે કારણ શુદ્ધ છે એવા નિર્ણય પર આવી, તેણે સવારી જોવાનું નક્કી કર્યું.

૪

પૃથિવીવલ્લભ

મૃણાલવતી સવારી જોવા આવવાનાં છે અને આનંદ ઉપર મુકાયેલા અંકુશો લઈ લેવામાં આવનાર છે, આ વાત ગામમાં પ્રસરતાં લોકોમાં મોટો ઉત્સવ થઈ રહ્યો. ઘણે વર્ષે દબાઈ રહેલાં હેત ઊછળ્યાં અને અદૃષ્ટ થયેલા મોજશોખો નજરે ચઢ્યાં. બીજે દિવસે સવારે ઘરોની અગાશી પર, બારીમાં હસતાં, કૂદતાં, મજાક કરતાં નરનારીઓ દેખાવા લાગ્યાં.

રાજમહેલની અટારી પર રંગબેરંગી લૂગડાંથી સજ્જ થયેલી સ્ત્રીઓ શોભી રહી. તેમનાં બધાંનાં મુખ પર અણધારેલો આનંદ હતો. ઘણે દિવસે નિર્મેલો ઠાઠમાઠ જોઈ તેમનાં હૃદય પણ પ્રફુલ્લ થઈ રહ્યાં હતાં, પણ સવારી રાજ્યમહેલના રસ્તા પર આવી પહોંચી એમ લાગ્યું કે એક દાસી અંદર ગઈ અને તરત બધી સ્ત્રીઓ શાંત થઈ. વસ્ત્રાભૂષણો સજ્જ કરી અંદરનાં બારણાં તરફ ધાકભરી નજરે જોવા લાગી.

મૃણાલવતી બહાર અટારીમાં આવી. તેણે વલ્કલ છોડી સફેદ સાદું વસ્ત્ર પહેર્યું હતું. તેની લાંબી ધનુષ જેવી આંખો સ્થિર અને સખત હતી; અને તેના હોઠ દૃઢતાથી બિડાઈ રહ્યા હતા. તેનું કદરૂપું મુખ આ સખ્તાઈથી વધારે કદરૂપું થયું હતું અને તે જોતાં ત્યાં ઊભેલી સ્ત્રીઓને કમકમાં આવ્યાં.

તેની પાછળ જક્કલા, લક્ષ્મી અને વિલાસ આવ્યાં. વિલાસે પણ સફેદ વસ્ત્ર પહેર્યું હતું. તેનું પાતળું, છટાદાર શરીર આ વસ્ત્રમાં ચંદ્રની ઊગતી કળાના જેવું મોહક લાગતું હતું. તેના વદન પર ઉત્સાહ હતો. કેટલે દિવસે તેણે આવો આનંદ અનુભવ્યો હતો એમ સ્પષ્ટ લાગતું હતું.

ડંકાઓએ દિશાઓ ગજાવી ને શરણાઈઓના સૂરે ગગન ભેદાઈ રહ્યું અને સવારી આવી.

પહેલાં ડંકાધારી સાંઢણીઓ આવી. પાછળ વિજયહાકો કરતું પાયદળ આવ્યું. તેની પાછળ ઘૂઘરીથી ઘમકતા ઘોડાઓ પર બેઠેલા સવારો આનંદમાં હસતા, હાથમાં ભાલાઓ નચાવતા આવી પહોંચ્યા.

તેમની પાછળ માલવી યોદ્ધાઓ ખિન્ન મુખે આવ્યા. તેમના હાથ પીઠ પાછળ બાંધેલા હતા. તેમનાં વસ્ત્રો ને બખ્તરો લોહીથી ખરડાયેલાં હતાં. તેમનાં માથાં પરથી શિરપાઘો અને હાથમાંથી શસ્ત્રો લઈ લેવામાં આવ્યાં હતાં. થોડા મહિના પર જે યોદ્ધાઓએ માન્યખેટ સર કર્યું હતું તે અત્યારે બંદીવાન થઈ, નિસ્તેજ બની, આયુધધારી તૈલંગી યોદ્ધાઓની મશ્કરી સહેતા તૈલપરાજની વિજયસેના શોભાવી રહ્યા હતા.

આ યોદ્ધાઓ પૂરા થતાં બખ્તર સજેલા ઘોડેસવાર તૈલંગી ભટ્ટરાજો અને પછી તૈલપના સામંતો હાથીએ ચઢી એક પછી એક આવી લાગ્યા. સામંતો પૂરા થતાં, બધાએ ધ્યાન દઈ જોવા માંડ્યું. સો-દોઢસો શસ્ત્રસજ્જિત બંદીજનો પગે ચાલી આવતા હતા. મૃણાલવતીની નીરસતાએ દેશમાંથી કવિઓને જડમૂળથી ઉખેડી નાખ્યા હતા, પણ રાજ્યકારભારમાંથી ભાટચારણોને ખસેડ્યા નહોતા. આ શૂરવીર બંદીજનો અત્યારે વિજય મેળવી, હસતે મોંએ સવારીમાં ચાલતા હતા.

તેમની પાછળ પચાસ-સાઠ કેદીઓ સાદાં વસ્ત્રમાં આવ્યા. તે યોદ્ધાઓ લાગતા નહોતા. તેમનાં મુખ સુકુમાર હતાં. તેમની ચાલ ધીમી હતી.

'જો !' જેવા આ લોકો આવ્યા એટલે અટારીમાં લક્ષ્મીદેવીએ વિલાસનું ધ્યાન ખેંચ્યું, 'આ પેલા કવિઓ.'

'શું કહ્યું ?' સખ્તાઈથી મૃણાલવતીએ પૂછ્યું. તેણે લક્ષ્મીદેવીના શબ્દો સાંભળ્યા હતા.

'બા, આ મુંજરાજના કવિઓ.'

'તને કોણે કહ્યું ?'

'મહાસામંતે.'

'પૃથિવીવલ્લભને લડાઈમાં પણ કવિઓ વિના ન ચાલ્યું ? આ માણસની

કિંમત ?' તિરસ્કારથી મૃણાલે કહ્યું.

વિલાસ શ્વાસ ઊંચો રાખી એકીટશે આ નવા પ્રકારના મનુષ્યોને જોઈ રહી. તેણે કવિઓ વિશે છાનુંછૂપું ઘણું સાંભળ્યું હતું ને મૃણાલ તેઓને ધિક્કારતી તેથી તેની જિજ્ઞાસા વધી હતી. તેવા પુરુષોને સદેહે જોતાં તેના મનમાં કંઈક આનંદ થયો. પણ પોતાનો આનંદ અંતરમાં જ રહ્યો; તેને બહાર ન પડવા દેવાની તેને ટેવ પડી હતી.

સવારી આગળ ચાલી. કવિઓના વૃંદ પછી ડંકાનિશાન સાથે બસો નાગી તલવાર અને ભાલાઓ સહિત ચાલતા સૈનિકોનો સમૂહ આવ્યો અને તે સમૂહની પાછળ તૈલપરાજનો હાથી દોડતો આવતો દેખાયો. તેના પર તૈલપ ને ભિલ્લમ બંને હતા. તે જોતાં દરેક પ્રજાજને હર્ષનો પોકાર કર્યો. માત્ર રાજમહેલની અટારી પર બધાં મૂંગે મોંએ જોયા કરતાં હતાં.

'તૈલપ મહારાજની જય !' રસ્તેથી પોકારની ગર્જના આગળ ને આગળ આવી. બધાં ધ્યાન દઈ જોવા લાગ્યાં.

તૈલપના હાથી પાછળ ચાલતા સૈનિકોનો કોટ બનાવી, તેમાં થોડીક જગ્યા ખુલ્લી રહેવા દીધી હતી. આ ખુલ્લી જગ્યામાં એક જ બંદીવાન ચાલતો હતો. લોકો ટીકીટીકી જોતા હતા : શું આ માળવાનો મુંજ ?

'આ પેલો મુંજ !' જેવા સૈનિકો રસ્તાને દૂરને છેડે દાખલ થયા કે મૃણાલે કહ્યું. તેના સ્વસ્થ હૃદયમાં એક ગર્વની ઊર્મિ થઈ આવી. તેના મુખ પર સંતોષ છવાઈ રહ્યો. મૃણાલનો આનંદ જોઈ બધાંને હિંમત આવી. જક્કલાદેવી બોલ્યાં : 'હાશ ! આજે નિરાંત થઈ. આ પાપીએ આટલાં વર્ષ જંપી બેસવાયે દીધાં નહિ.'

'ભાઈએ પણ એને ક્યાં જંપીને બેસવા દીધો ?' મૃણાલે હોઠ પીસી કહ્યું, 'આજે એની કીર્તિ ધૂળમાં મળી !'

'બા ! બિચારા મુંજરાજને આમ ચલાવતા શા માટે હશે ?' વિલાસે પૂછ્યું.

'ભાગ્યો એના ભોગ' લક્ષ્મીએ કહ્યું.

'બિચારા કેટલાયે શૂરવીરો મૂઆ તેનું વેર લેવાયું,' જક્કલાએ કહ્યું.

'જક્કલા ! એમાં વેર લેવાની જરૂર નથી.' મૃણાલે સખ્તાઈથી કહ્યું 'સત્ય

હોય તે જીતે. એ અસત્યનો અવતાર હતો તેમાં એનો પરાજય થયો.'

'તે બા ! એ ઘણો પાપી હતો ?' લક્ષ્મીદેવીએ પૂછ્યું. તેના અવાજમાં કટાક્ષમયતા હતી કે કેમ તે જોવા મૃણાલે ઊંચું જોયું, પણ પ્રશ્ન નિર્દોષ લાગતાં તેણે ઉત્તર વાળ્યો: 'પાપી ! એના જેવો કલંકી પુરુષ બીજો ધરતી પર નથી. એનો સ્પર્શ થાય તો સાત પેઢી નરકમાં જાય એવો છે.'

'એમ ? પણ જુઓ તો ખરાં, દેખાય છે કેવો !'

મુંજ ધીમે-ધીમે મહેલના નીચલા ચોગાન પર આવી લાગ્યો.

'માણસ જેવો,' મૃણાલવતીએ સખ્તાઈથી કહેવા માંડ્યું, જોવા મોં ફેરવ્યું ને બાકીનો શબ્દ અણબોલ્યો રહી ગયો. તેણે નિશ્ચલ, ઝનૂનભર્યાં નયને જોવા માંડ્યો.

સૈનિકોની હારથી થઈ રહેલા ચોગાનમાં તે એકલો ઊભો હતો. તેના શરીરે નહોતું પહેરેલા ધોતિયા સિવાય બીજું વસ્ત્ર, કે વાંસા પાછળ બાંધેલા હાથ પરની બેડીઓ સિવાય બીજું આભૂષણ. છતાં તેને જોતાં, બધાં જોઈ જ રહેતાં.

ચારે તરફ વીંટાયેલા સૈનિકો તેની આગળ માત્ર છોકરાં જ લાગતાં; આથી, વિજયસેના જાણે તેની જ શોભા ને કીર્તિ વધારતી હોય એવો ભાસ થતો.

એનું કદ પ્રચંડ હતું, એનો ઘાટ અપૂર્વ હતો, તેનું મુખ મોહક હતું. તેના લાંબા કાળા વાળ સુરસરિતાના જલ સમા, તેના શંકરશા વિશાળ ખભા પર પથરાઈ રહી, મુખના તેજને ભભકભર્યું બનાવતા; ડંખ ભરવા પાછળ ખેંચેલી ફણીધરની ફણાની માફક તેની ભરેલી લાંબી ડોક અને પાછળ નાખેલું માથું ગર્વ અને બેપરવાઈથી જગતનો તિરસ્કાર કરતાં હોય એમ લાગતું હતું; પાછળ જકડાયેલા હાથને લીધે, આગળ આવેલા વિશાળ છાતીના સંગેમ઼રમરના ચોરસ જેવા સ્પષ્ટ, સ્નાયુવાળા વિભાગે દૈવી વક્ષસ્ત્રાણની ગરજ સારી. તેની દુર્ધર્ષતા અને પ્રતાપ દાખવી, દુનિયાને ડારતા હોય તેમ દેખાતું હતું. અને ઘાટીલી પાની પર રચેલા ધરણી ધ્રુજાવતા બે પગો સ્તંભની માફક કમરના મથાળા પર ઉપલા શરીરને ધારી રહ્યા હતા.

શરીર પરથી આટલું બળ દેખાતું હતું છતાં, માત્ર સ્નાયુઓની

સમૃદ્ધિમાં જ તેની અપૂર્વતા સમાઈ જતી નહોતી. તે શરીર જીવંત માણસનું નહોતું – શારીરિક અપૂર્વતાનું સ્વપ્ન હોય એમ લાગતું; અને અંગેઅંગમાંથી દિવ્યતા ઝરતી.

ધીમે-ધીમે તે ડગ ધરતો – કોઈ મત્ત ગજેંદ્રની માફક. તેમાં નહોતો ક્ષોભ કે નહોતી ખિન્નતા. મૃણાલે ઝનૂનભરી આંખે, સચોટ નજરથી આ બધું જોયું – પારખ્યું અને તેના ગુસ્સાનો પાર રહ્યો નહિ. મુંજના વ્યક્તિત્વમાંથી ઝરતા પ્રતાપને લીધે પોતે અધમ હોય, તેના ભાઈની રાજ્યસત્તા ક્ષુદ્ર હોય, આ વિજય ખરું જોતાં મુંજનો જ હોય એવો કંઈક ખ્યાલ આવ્યો. બળતા અંગાર સમી આંખો તેણે સ્થિર કરી, હોઠ દઢ કર્યા અને આ ખ્યાલને હસી કાઢી તેણે જોયા જ કર્યું.

રાજમહેલની અટારી આગળ સવારી જરા થોભી. મૃણાલ ઊભી હતી તેની નીચે જ એક પગ આગળ રાખી, આખી સેનાને માત્ર દૃષ્ટિપાતે અધમતાનો અનુભવ કરાવતો તે સવારી આગળ ચાલવાની વાટ જોતો ઊભો રહ્યો.

'બા !' વિલાસથી ન રહેવાયું, 'કેવો અદ્ભુત પુરુષ છે !'

વિલાસના ધીમે બોલેલા શબ્દો પણ નીચે સુધી સંભળાય; અને આંખ પર આવેલા કેશો માથું ઉછાળી પાછા નાખી મુંજે ઊંચું જોયું, – ઊંચું જોઈ, અટારીમાં ઊભેલી રમણીઓ તરફ નજર નાખી. એકેએક સ્ત્રી સ્તબ્ધ થઈ ગઈ; કેટલીકોએ ગભરાટમાં છજાના કઠેરા કે પાછલી ભીંત પર હાથ મૂક્યો.

મુંજે એક સર્વગ્રાહી નજર વિલાસ પર નાંખી; પછી વારાફરતી દરેક સુંદરી પર નાંખી અને આખરે મૃણાલ પર ઠેરવી – અને તે હસ્યો. એકાએક નિર્મલ આકાશમાં રવિ ઊગે તેમ મુંજનું મુખ જોઈ, મૃણાલ બધું ભૂલી ગઈ, માત્ર જોઈ જ રહી, તેને માત્ર એટલું જ ભાન રહ્યું કે તે મુખ પર એકે રેખા અધૂરી નહોતી, એકે ભાવનો અભાવ નહોતો; વિશાળ ભાલની સ્ફટિકશી નિર્મળતા; મોટી તેજસ્વી આંખોમાંથી ઝરતી મધુરતા; સુંદર લોભાવે એવા હોઠોએ હાસ્ય કરી છોડેલી શર સમી સ્નેહભરી મોહકતા; વદન પર હાસ્યમાં સ્પષ્ટ દેખાતો વિજય આટલું જ તેણે જોયું, તે દિવ્ય મુખમાં કાવ્યની મીઠાશ હતી; તે હાસ્યમાં પુષ્પધન્વાનું સચોટ શરસંધાન હતું. બધી સ્ત્રીઓ ઘેલી થઈ

ગઈ. મૃણાલ પળવાર એક જ પળવાર – સ્તબ્ધ બની રહી.

સવારી ચાલી, મુંજે ફરીથી ઊંચું જોયું, એક હાસ્યબાણ છોડ્યું અને આગળ ચાલવા માંડ્યું. કોઈએ તૈલપરાજને જોયો નહિ, કોઈએ મહાસામંત તરફ નજર ન કરી – બધાંએ નીચા વળી દૂર ને દૂર જતા પૃથિવીવલ્લભની પીઠ તરફ જોયા કર્યું.

મૃણાલ બધાંથી પહેલી સ્વસ્થ બની ઊભી થઈ અને બધાંનાં હૈયાં પાછાં આવ્યાં. બધી સ્ત્રીઓ મૃણાલનો ધાક ભૂલી મુંજનાં વખાણ કરવા લાગી. ગમે તે કારણે પણ મૃણાલના મોં પર ભયંકર સખ્તાઈ વ્યાપી રહી હતી.

'બા !' લક્ષ્મીએ કહ્યું, 'મહાસામંત કહેતા હતા તે વાત તો ખરી ! ખરેખરો પૃથિવીવલ્લભ છે.'

મૃણાલે તેની સામે એક પળવાર સ્થિર નયને જોયા કર્યું, 'લક્ષ્મી ! ખરેખરો પૃથિવીવલ્લભ તો તૈલપરાજ છે.' સખત અવાજે તેણે કહ્યું.

'પણ શું રૂપ છે !' વિલાસે ટહુકો કર્યો.

એકદમ ગુસ્સામાં મૃણાલે પાસે આવી વિલાસનો કાન મરડી નાખ્યો. 'જરા વારમાં બધું વીસરી ગઈ ? હું નહોતી કહેતી કે આવી જગ્યાએ બાળકોને ન લાવવાં જોઈએ ? જરા રૂપ જોયું કે આમ ગાંડાં થશો તો તમારું થશે શું ? જુઓ ! મને કેમ કંઈ નથી થતું ? જાઓ, તમારામાંના જેને મનમાં આનંદનો ઉમળકો પણ આવ્યો હોય તે જાઓ. પ્રાયશ્ચિત્ત શરૂ કરો.' સિંહણની ગર્જના પૂરી થઈ; અને ગભરાયેલી હરિણીઓ ઝપાટાબંધ ત્યાંથી ચાલી ગઈ.

૫

વરદાન

ત્યાંથી મૃણાલ દૃઢતાથી ચાલી ગઈ. તેને અત્યારે પોતાની વૈરાગ્યબુદ્ધિથી પૂર્ણતાનો ખ્યાલ આવ્યો. માણસમાં રૂપ તો હતું – સાધારણ માણસ ગાંડું પણ થાય : પણ પોતે કેવી, તેવી ને તેવી સ્વસ્થ અને સાત્ત્વિક રહી હતી !

'તું શા સારુ સ્તબ્ધ બની જોઈ રહી ?' અંતરમાંથી અણધારેલો પ્રશ્ન ઊભો થયો.

'હું ?' તેણે વિસ્મય પામી પોતાના અંતરને મનમાં ને મનમાં જવાબ આપ્યો, 'હું તો માત્ર મારા ભાઈના દુશ્મનને જોતી હતી. મારે શું ?' મારા હૃદયમાં ક્યાં વિકાર થયો છે ? હું તો માત્ર એટલું જ જોતી હતી કે માણસ અધમતાને ઊંડાણે પહોંચે પછી કેવો લાગે. સ્તબ્ધ ! હું સ્તબ્ધ ? એ તો માત્ર એકાગ્રતા, વિવેકબુદ્ધિ ભ્રષ્ટ થાય તો માણસ સ્તબ્ધ બને,' એમ કહી પોતાની પૂર્ણતાના ગર્વમાં તે મલકાઈ રહી.

ડંકાના ગગડાટથી તેને લાગ્યું કે સવારી ઊતરી, એટલે ધીમે-ધીમે તે રાજમહેલના દરવાજા તરફ ગઈ. અપ્રતિમ વિજયથી તેના મનમાં ઉદ્ભવેલી હોંશ હવે જતી રહી હતી; અને તેના હૃદયમાં કંઈક સ્વસ્થતા આવી હોય એમ તેને લાગ્યું, તેને સંતોષ થયો. આ તેના વૈરાગ્યની નિશ્ચલતા ! શું હૃદયમાં અસ્પષ્ટ ખિન્નતા કે ચણચણાટ લાગતો હતો ? તેણે એ વિચાર જ હસી કાઢ્યો. ત્રીશ વર્ષના અભ્યાસે નિર્વિકાર થયેલા તેના હૃદયમાં ખિન્નતા કે ચણચણાટ !

દરવાજા આગળ તે જઈ પહોંચી, એટલે ત્યાં ભરાયેલી રાજ્યપુરુષોની

ઠઠમાં શાંતિ પ્રસરી રહી. બધા મૂંગા બની તૈલંગણની ભાગ્યવિધાતાની સ્વસ્થ, સખત અને સાદી પણ ભયંકર મૂર્તિ તરફ જોઈ રહ્યા. તેની આંખની પલક, તેના મોં પરનો ભાવ એ તેમને મન ઈશ્વરેચ્છા પારખવાનાં સાધનો હતાં.

તે આવી, સવારી ઊતરવાની વિધિ પૂરી કરી આવેલા તૈલપરાજે તેને સાષ્ટાંગ દંડવત્ પ્રણામ કર્યા અને તેના ચરણની રજ પોતાના માથા પર મૂકી.

તૈલપનું રૂપ ને તેનો ઘાટ મૃણાલના જેવાં જ હતાં. માત્ર મુખ પર શીતળાનાં કદરૂપાં ચિહ્નો નહોતાં. શરીરરેખાઓ મરદની – સ્પષ્ટ ને મૃદુતા વિનાની – હતી. આંખો જરા નાની અને ઊંડી હતી. મૃણાલના મોં પર સખ્તાઈ હતી. તૈલપના મુખ પર ક્રૂરતા હતી.

તૈલપ કઠોર હૃદયનો ગણતરીબાજ અને પહોંચેલ હતો. મૃણાલે આપેલી કેળવણીને પ્રતાપે આર્દ્રતાનો અંશમાત્ર પણ રહ્યો નહોતો. માત્ર જેણે માના ભાવથી તેને ઉછેર્યો, પિતાની પ્રીતિથી કેળવ્યો અને અધિષ્ઠાત્રી દેવી બની ચક્રવર્તી બનાવ્યો તે બહેનને માટે તેને અથાગ પ્રેમ અને અનહદ માન હતાં; તેની બુદ્ધિ અને પવિત્રતામાં અડગ શ્રદ્ધા હતી.

પ્રણામ કરી રહેલા તૈલપને ઉઠાડતાં મૃણાલે કહ્યું: 'રણરંગભીમ ! સો શરદો જીવજે અને પ્રથિવીવલ્લભ – ખરેખરો – થજે !'

'તમારી આશિષ,' કહી તૈલપ ઊભો થયો અને પાછળ ઊભેલા ભિલ્લમરાજ તરફ ફર્યો, 'બા ! મહાસામંતને પણ આશીર્વાદ દો; આજે એને જ પ્રતાપે હું જીવ્યો અને મુંજ પકડાયો.'

મૃણાલ જરા હસી: 'ભિલ્લમરાજે તે વાત ક્યારની કહી. એને તો મારા સદાયે આશીર્વાદ જ છે, કે ઘણું જીવે ને તૈલપરાજના સામંતોમાં પ્રથમ સ્થાન ભોગવે.'

ભિલ્લમ હોઠ કરડી, નીચું વળી પગે લાગ્યો.

'ચાલ ભાઈ ! હવે બખ્તર કાઢી સ્વસ્થ થા,' કહી મૃણાલે તૈલપને સાથે લીધો.

તૈલપે પાછા ફરી કહ્યું: 'ભિલ્લમરાજ ! તમે પણ ચાલો, જરા કામ છે.'

ભાઈબહેન આગળ અને સામંત પાછળ એમ ત્રણે જણાં મૂંગાં-મૂંગાં અંતઃપુરમાં ગયાં; અને લોકો ધીમે-ધીમે વીખરાઈ ગયા.

અંદરના ખંડમાં નીચે મોઢે, માત્ર નેત્રોથી જ આનંદ અને ઉત્સાહ દાખવતી જક્કલાદેવી આધેડ વયે પણ નણંદની મર્યાદાથી નવોઢા જેવી પતિની વાટ જોતી હતી. તૈલપે આવી પોતાના બખ્તરનાં અંગો અને આયુધો એક પછી એક ઉતાર્યાં અને રાણીએ તે લઈ જઈ, મૂંગે મોંએ પોતાના સ્વામીનો સત્કાર કર્યો.

તૈલપ નિવૃત્ત થયો એટલે મૃણાલ તકિયે બેઠી હતી તેની પાસે આવી બેઠો અને ભિલ્લમ સામે પગ વાળી બેઠો. જક્કલાએ નણંદ પાસે ત્યાં રહેવાની રજા – આતુર આંખો વડે જ – માંગી; પણ રજા ન મળવાથી તે ચાલી ગઈ.

'બોલો બહેન ! હવે આ મુંજનું શું કરીએ ?'

મૃણાલ જવાબ આપતાં પહેલાં, પળવાર સખ્તાઈથી ભોંય સામે જોઈ રહી. તે પળમાં મુંજનું પ્રતાપી, હસતું મોં તેની આંખ આગળ આવ્યું.

'એને'. દાંત પીસી મૃણાલે કહ્યું, 'એને – પાપાચારીને – સખતમાં સખત શિક્ષા કરવી જોઈએ.'

'કાલે એનો વધ કરાવીએ,' દઢતાથી તૈલપે કહ્યું. તેની ઊંડી, ક્રૂર આંખોમાં વિષ વ્યાપી રહ્યું.

'એ કંઈ સાધારણ દુશ્મન નથી. એણે તને હેરાન કરવામાં શું બાકી મૂકી છે ? તારા દેશની સ્ત્રીઓને છતે છોકરે વંઝા કરી મૂકી છે; તારી પાસે અવંતીમાં અનેક વાર પગ ધોવડાવ્યા છે; તારી અને મારી કીર્તિ કલંકિત કરવા અનેક કાવ્ય રચ્યાં ને રચાવ્યાં છે. એને તો રિબાવી-રિબાવી મારવો જોઈએ – ત્યારે જ તારું વેર વળે તેમ છે.'

'ત્યારે તેનો શો રસ્તો ?' તૈલપે વિચાર કરતાં કહ્યું.

'ભિલ્લમરાજ ! તમે શું ધારો છો ?' મૃણાલે પૂછ્યું.

'બા ! કેદ કરેલા રાજાનો વધ કરવામાં મને વડાઈ નથી લાગતી. એને રિબાવો – જોઈએ તેટલો; પણ એનું શિર સદા અસ્પર્શ્ય ગણવું જોઈએ.'

'મહાસામંત ! વધ તે વધ – યુદ્ધમાં કે શૂળી પર; મને એ બેમાં બહુ ફેર દેખાતો નથી,' તૈલપરાજે તિરસ્કારથી કહ્યું.

'ના ભાઈ ! મહાસામંતની વાત મને યોગ્ય લાગે છે. એનો વધ કરવામાં શો ફાયદો ? એનું મોટું પહાડ જેવું શરીર ક્ષીણ થઈ જાય, એની આંખો

નિસ્તેજ બને, એના મોઢા પરનું હાસ્ય વિલાઈ જઈ દીનતા આવે અને તારી મહેરબાની યાચતાં-યાચતાં એની જીભ ઘસાઈ જાય – એનો ગર્વ ગળી જાય – ત્યારે જ સોળ-સોળ વખત તને ખવડાવેલી હારનો બદલો વળે.' જાણે સામાન્ય વાત કરતી હોય એવી શાંતિથી મૃણાલે આ ભયંકર વાક્યો ઉચ્ચાર્યાં.

તૈલપના મોઢા પર સંતોષ પ્રસરી રહ્યો : 'ખરી વાત છે, બા ! પણ એનો ગર્વ ગાળવો સહેલ નથી એ લોકો કહે છે.'

'વાતો; બીજું કંઈ નહિ,' તિરસ્કારથી મૃણાલે કહ્યું, 'હું જોઈશને કે એનો ગર્વ કેમ રહે છે.'

'તમે ?' ચકિત થઈ તૈલપે કહ્યું.

'હા. અવંતી બેઠાં-બેઠાં એણે મારે માટે કંઈ ઓછું કહ્યું છે, ને ગવાડ્યું છે ? હવે જ જોઈશ, કે એ મોઢામોઢ શું કહેવાની હિંમત ધરાવે છે ? એને ક્યાં પૂર્યો છે ?'

'રાજમહેલના ભોંયરામાં.' તૈલપે કહ્યું.

'ઠીક. હું સાંજના એને મળીશ. પછી બીજાનું શું ?'

'મેં કાર્તવીર્ય પાસે સામંતોને પુછાવ્યું છે કે મારી ચાકરી તેઓ સ્વીકારવા તૈયાર છે કે નહિ. જે નહિ હશે તેનો કાલે વધ. બાકીના યોદ્ધાઓને પણ કાલે જ પૂરા કરાવીશું.'

'ઠીક.'

'ભિલ્લમરાજ ?' તૈલપે કહ્યું, 'બા પણ છે એટલે ઠીક, હવે બોલો. તમારે જે વરદાન જોઈએ તે હાજર છે. આ વખતે તમારી સેવાનો બદલો જે વાળું તે ઓછો છે.'

'એમાં તો તમારી વડાઈ છે, મહારાજ !' જરા ધીમે-ધીમે ભિલ્લમે કહ્યું, 'મેં જે કંઈ કર્યું તે કંઈ બદલા માટે નથી કર્યું.'

'મહાસામંત !' મૃણાલે કહ્યું, 'વર માગવો એ તમારો અધિકાર છે.'

'બા ! હું માગું અને તમને આપવો ન રુચે તો પછી મારું પણ જાય ને તમારું પણ જાય.' મહાસામંતે મૃણાલ સામે જોઈને કહ્યું.

'તમારી વિવેકબુદ્ધિમાં ને મહારાજની ઉદારતામાં મને શ્રદ્ધા છે, તમે

કહો છો એવું બને જ નહિ.'

'બોલો !' તૈલપે મીઠું હસીને કહ્યું, 'બોલો, ખંચાયો નહિ, તમારી મૈત્રીથી બીજું કંઈ મને વધારે વહાલું નથી.'

મહાસામંત થોડી વાર આ ભાઈ-બહેનની ભયંકર જોડી તરફ જોઈ રહ્યો અને પછી ધીમે-ધીમે કહેવા લાગ્યો : 'મહારાજ! મારા હૃદયમાં એક જ ઊર્મિ છે. તે આપ જાણો છો.'

'શી ?'

'સત્યાશ્રય કુંવર વિલાસનું પાણિગ્રહણ કરે એ જ.'

મૃણાલ હસી પડી : 'અરે શું મહાસામંત !' તમે પણ; આ વર માગવામાં આટલો વિચાર ? આ વર તો ક્યારનો મળી ચૂક્યો છે.'

'પણ મને એમ કે એ લગ્ન જેમ વહેલાં થાય તેમ સારું.'

'તે તો મેં નક્કી કર્યું છે.'

'ક્યારે ?'

'આવતે મહિને. મેં ક્યારનું મુહૂર્ત પૂછી મૂક્યું છે અને હવે તો આ વિજયસમારંભ સાથે જ તે કરી નાખીશું.'

'ભિલ્લમરાજ!' હસીને તૈલપે કહ્યું, 'કંઈ બીજું માગો. તમે તો મને શરમાવો છો, શું મારી પાસે એવું કંઈ નથી કે જે મળ્યે તમે રાચો !'

ભિલ્લમ વિચારમાં પડ્યો. તૈલપને તે સારી રીતે ઓળખતો હતો. તેને મોટાઈ જોઈતી હતી, વરદાનથી મળતો મહિમા જોઈતો હતો અને પોતાના જેવાને રીઝવી તેનો અસંતોષ દૂર કરવો હતો. પણ એ સારી રીતે જાણતો હતો કે તેમને ન રુચે એવો વર જો એ માગે તો તેઓ કદી આપે નહિ અને આપે તો બીજી પળે છીનવી લે. તેને અને લક્ષ્મીદેવીને પોતાને દેશ જવાનું ઘણું મન હતું; પણ ત્યાં જવાની ઇચ્છા દર્શાવવાનું બને એવું નહોતું. એટલે તે વર માગી, મેળવવામાં નિષ્ફળ બનવું અને અપમાન વેઠવું તેના કરતાં પરાધીનતાનું દુઃખ વેઠવું તે એને ડહાપણભરેલું લાગ્યું. એકદમ એને એક વાત યાદ આવી, જે પળે તે મુંજને પાડી તેના પર ચડી બેઠો અને બળજોરથી તેનાં શસ્ત્રો લઈ લીધાં તે પળે મુંજે તેના કાનમાં કહેલા શબ્દો તેને યાદ આવ્યા. 'ભિલ્લમ,' તેણે કહ્યું હતું, 'મારું ભલે ગમે તે થાય, પણ

મારા કવિઓને સંભાળજે.' તે શબ્દો વિજયના ઉત્સાહમાં તે વીસરી ગયો હતો; અત્યારે તે યાદ આવ્યા.

તેના અંતરમાં મુંજ માટે માન પ્રગટ્યું. હારી જતી પળે, યમરાજના આહ્વાને મગજ ગાંડું થઈ જાય તે વખતે પણ, આ પુરુષ પોતાના મિત્રોને વીસરી ગયો નહિ. ક્યાં તે પૃથિવીવલ્લભ ને ક્યાં આ તેનો વિજેતા ! ભિલ્લમને આ વિચાર આવતાં તે દૃઢતાથી બોલ્યો :

'મહારાજ! આપના રાજ્યમાં મારે શી ખોટ છે? પણ એક વસ્તુની યાચના કરું – જો આપની રજા હોય તો.'

'શી છે? કહી નાખો.' મૃણાલે જરા તીક્ષ્ણતાથી ભિલ્લમ સામે જોઈને કહ્યું.

'માલવાના કવિઓને જીવતા જવા દો,' ઉતાવળથી ભિલ્લમે કહી નાખ્યું.

તૈલપ હસ્યો. મૃણાલનાં ભવાં સંકોચાયાં.

'માગી માગીને આ માગ્યું?' તિરસ્કારથી મૃણાલે કહ્યું.

'બા! મારા પૂર્વજો કવિગણત્રાતા કહેવાતા. હું તો તેમાંનું કંઈ કરી શક્યો નથી. માત્ર આ એક તક મળી છે.'

'એવા પાપીઓથી ભૂમિ ભારે મારશો તેમાં તમારું શું વળશે?' મૃણાલે કહ્યું.

'ભિલ્લમરાજ!' રાજાએ કહ્યું, 'આવા જંતુઓના જીવ બચાવ્યા કરતાં બીજી ઘણી વસ્તુઓ માગવા જેવી છે.'

દૃઢતાથી ભિલ્લમના હોઠ બિડાયા : 'મહારાજ! આપને મારી યાચના નહિ સ્વીકારવી હોય તો આપ અમારા માલિક છો. આપે કહ્યું ત્યારે માગ્યું; નહિ તો હું કંઈ માગવા નહોતો બેઠો.'

'પછી એમને છોડાવી શું કરશો?' તૈલપે પૂછ્યું.

'આપ કહેશો તે. મારે એમનું કામ નથી.'

'ઠીક છે,' મૃણાલે કહ્યું, 'એ બધા પાસે મુંજની અપકીર્તિ ગવડાવીશ.'

'તે આપના ધ્યાનમાં આવે તે કરજો. મારે તો એ જીવતા રહે એટલે બસ.'

'વારુ જાઓ,' તૈલપે બહેન તરફ નજર નાખી કહ્યું, 'એમને જીવતા જવા

દીધા. થયું ? પણ છૂટા ફરવા દેશો નહિ.'

'જેવી આજ્ઞા. મારા મહેલના ભોંયરામાં રાખીશ.' ભિલ્લમે જોયું કે હવે વધારે બેસવામાં માલ નથી. 'મહારાજ ! ત્યારે રજા –'

'હા જાઓ. સભામાં આવી પહોંચજો.'

'જેવી આજ્ઞા,' કહી ભિલ્લમે રજા લીધી.

'ભાઈ !' મૃણાલે કહ્યું, 'મને આ માણસમાં વિશ્વાસ બેસતો નથી.'

'માણસ તો નિખાલસ છે, માત્ર એની બૈરી એને જંપીને બેસવા દેતી નથી. તેથી તો મેં એને વર માગવા કહ્યું.'

'આ અકલંકચરિત આવ્યો કે શું ?' કોઈનાં પગલાં આવતાં સાંભળી મૃણાલે પૂછ્યું. તૈલપ માત્ર બારણા તરફ જોઈ રહ્યો.

એક યુવક આવ્યો. તેની ઉંમર વીશ-બાવીશ વર્ષની લાગતી હતી અને એનું મોં તૈલપના જેવું જ હતું. તેની સીધી, સશક્ત કાઠી પર અણમોલું બખ્તર દીપતું, ને માથા પર એક નાનો મુગટ તેના સ્વરૂપવાન મુખના ગૌરવમાં વધારો કરતો. તેણે આવી મૃણાલને દંડવત્ પ્રણામ કર્યાં, અને તૈલપને નમસ્કાર કરી તે પગ વાળી હાથ જોડી બેઠો.

'બેટા સત્યાશ્રય ! શું કર્યું ?'

'પિતાજી !' ગંભીર અવાજે કુંવરે કહ્યું, 'મહેલના ભોંયરામાં હાલ તો મુંજને નાખ્યો છે, ને ભીમરસ સામંતને ત્યાં ચોકી કરવા રાખ્યા છે –'

'ઠીક કર્યું.'

'– ને એક લાકડાનું પાંજરું બનાવવાનો હુકમ આપ્યો છે.'

'શાબાશ !' તૈલપે કહ્યું, 'સત્યાશ્રય ! તારાં લગ્ન નક્કી કર્યાં છે.'

'જી.'

'આ ઉત્સવમાં તે ઉત્સવ પણ શોભશે,' મૃણાલે કહ્યું, 'જા. હવે તું જઈ નિવૃત્ત થા.'

'જેવી આજ્ઞા,' કહી તે ઊઠ્યો.

'પણ જો, પછી વિલાસવતીને મળી આવજે.'

'જી,' કહી સત્યાશ્રય કુંવરે ત્યાંથી રજા લીધી.

૯

રસનિધિ

રાજાએ વચન આપતાં આપ્યું તો ખરું, પણ રખે તે પાછું ખેંચી લે એવો ડર ભિલ્લમને લાગ્યો એટલે તે ત્યાંથી બારોબાર જ્યાં માલવાના કવિઓને કેદમાં પૂર્યા હતા ત્યાં ગયો.

જે ભટ્ટરાજ કવિઓની ચોકી કરતો તે રાજાનું વરદાન સાંભળી વિસ્મય પામ્યો અને તેણે કારાગૃહનું બારણું મહાસામંતને ઉઘાડી આપ્યું.

તેને જોઈ ત્યાં બેઠેલા પુરુષોમાં ખળભળાટ થઈ રહ્યો.

'કવિરાજો ! ક્ષમા કરજો,' ભિલ્લમરાજે નમ્રતાથી કહ્યું, 'મારા આતિથ્યનો સત્કાર કરો, એવી પ્રાર્થના કરવા હું આવ્યો છું.'

એક સુકુમાર, નીચો અને સ્વરૂપવાન યુવક ઊભો થઈ સામો આવ્યો, અને હસીને પૂછ્યું : 'કોણ, તમે યમરાજ છો ?'

ભિલ્લમ આ પુરુષની કાંતિ જોઈ રહ્યો.

'હું ? ના. કેમ ?'

'શુષ્ક મૃણાલવતીના ગામમાં યમરાજ સિવાય અમારો કોણ અતિથિ-સત્કાર કરે ?' એક બીજો આવી બોલ્યો.

'ધનંજય !' પેલા યુવકે કહ્યું, 'આ યમરાજ પોતે નથી; તેના દૂતોમાં શ્રેષ્ઠ એવો સ્યૂનદેશનો નરાધિપ છે.'

ભિલ્લમ હસ્યો : 'ના; હું માત્ર મહાસામંત છું. હું યમદૂત નથી; પણ તમને આ જીવતા નરકમાંથી બચાવવા આવ્યો છું.'

ધનંજયે[૧] કહ્યું: 'પૃથિવીવલ્લભ વિનાની નિસ્તેજ પૃથિવીમાં કંઈ જવા જેવું નહિ રહ્યું હોય.'

'ના ! મહારાજે તમને જીવતદાન આપ્યું છે. તમે બધા મારે ત્યાં પધારો.'

આ સાંભળી બધા ચકિત થઈ ગયા અને હોંશમાં આવી ઊભા થઈ ભિલ્લમને વીંટાઈ વળ્યા.

'તમારું નામ તો ધનંજય ? –'

'હા.'

'ને તમારું ?' પેલા સ્વરૂપવાન યુવક તરફ ફરી મહાસામંતે પૂછ્યું.

'મારું ?' જરા ખંચાઈ પેલા યુવકે કહ્યું.

'એનું નામ રસનિધિ.' ધનંજયે ઉમેર્યું, 'ને આ પદ્મગુપ્ત –'

'હા, મારું નામ રસનિધિ.' કહી રસનિધિ ભિલ્લમ સાથે ચાલ્યો અને બધા તેની પાછળ ચાલ્યા.

રસ્તે ચાલતાં ભિલ્લમે ધ્યાનપૂર્વક જોયું: રસનિધિની સુકુમારતાના પ્રમાણમાં તેનું શરીર ઘણું મજબૂત લાગતું અને શૂરવીરોનાં શરીરો પારખવાની ટેવ હોવાથી મહાસામંતને લાગ્યું કે આ પુરુષ બખ્તરમાં સારો શોભે, તે પોતાના વિચારથી મનમાં હસ્યો, 'આ બિચારાને બખ્તર, ને યુદ્ધમાં કૌશલ્ય શું ?'

મૂંગે મોઢે મહાસામંત રાજમહેલની પાસે જ આવેલા પોતાના મહેલમાં આવ્યો અને પોતાના પરિચરોને આ કવિરાજોનું આતિથ્ય કરવાનો હુકમ કર્યો.

'કવિરાજ !' ધનંજય તરફ ફરી ભિલ્લમે કહ્યું, 'આપને એક તસ્દી આપવાની છે.'

'મને ? શી ?' ધનંજયે પૂછ્યું.

'મારી સ્ત્રી ને પુત્રીએ ઘણા વખતથી જ કવિરાજોનાં દર્શન કર્યાં નથી. આપ મારી સાથે આવશો ?'

'જે દેશમાં કવિઓ દુર્લભ હોય ત્યાં સ્વરૂપમાંથી સૌંદર્ય જાય, રાજામાંથી ટેક જાય અને સ્ત્રીઓમાંથી આર્દ્રતા જાય એમાં શી નવાઈ ?'

૧. 'દશરૂપ'નો કર્તા.

'કવિરાજ ! આપ આવશો ?'

'હું ?' ફરીથી ખંચાઈને રસનિધિએ પૂછ્યું.

'હા, શી હરકત છે ?'

ધનંજયે ધ્યાનથી રસનિધિ તરફ જોયું.

'રસનિધિ ! હા, તું પણ ચાલ. ચાલો સ્યૂનરાજ !' કહી તે અને રસનિધિ ભિલ્લમરાજની સાથે અંતઃપુરમાં ગયા.

ભિલ્લમરાજે તેના પૂર્વજોનું બિરુદ 'કવિકુલત્રાતા' આજે રાખ્યું હતું; અને ઘણે દિવસે આવા સંસ્કારી પુરુષોની સોબત તેને મળી હતી, આથી તેનું હૈયું આનંદ અને ગર્વથી મલકાતું હતું.

લક્ષ્મીદેવી હજુ રાજમહેલમાંથી આવ્યાં નહોતાં અને વિલાસ શંકરના મંદિરમાં હતી. ભિલ્લમે એક માણસને વિલાસને તેડવા મોકલ્યો અને પોતે ધનંજય ને રસનિધિને લઈ પાછળ આવેલી વાડીમાં એક વિશાળ પીપળાના થાળા પર જઈ વાત કરવા લાગ્યો.

'બાપુ –' થોડી વારે વિલાસનો અવાજ આવ્યો.

'કોણ વિલાસ ? બેટા !'

વિલાસ પાસે આવી એટલે મહાસામંતે કહ્યું : 'આમ આવ. તારે કવિઓ જોવા હતા ને ? લે, આ રહ્યા.'

વિલાસે બે કવિઓ તરફ જોયું અને જરા ગભરાઈને ઊભી રહી.

'આ કવિરાજ ધનંજય – એમની ખ્યાતિ તો મારા સ્યૂનદેશ સુધી પણ આવી હતી.'

વિલાસે નીચા વળી નમસ્કાર કર્યા.

'પુત્રી ! રાઘવ સમા નરેશની અર્ધાંગના થઈ, સૂર્ય સરખા તેજસ્વી પુત્રોની માતા થજે,' આડંબરથી ધનંજયે કહ્યું.

'આ કવિવર રસનિધિ.'

શરમથી અડધું નીચું જોતાં, જિજ્ઞાસામાં અડધી ઊંચી આંખો રાખી વિલાસે રસનિધિ પર નજર ઠારી. વિલાસને તેનું મુખ કંઈ વિચિત્ર લાગ્યું; આ વિચિત્રતા શી હતી, એની તેના પર શી અસર થઈ, તેની તેને ખબર પડી નહિ.

'ભગવતી! હું શું આશીર્વાદ આપું?' રસનિધિએ હસીને પૂછ્યું, 'સુધાનાથને વરજો ને સુધા ચાખી અનેરા આનંદો અનુભવજો!'

વિલાસવતીને આશીર્વાદનો અર્થ કંઈ સ્પષ્ટ સમજાયો નહિ; પણ મહાસામંત ખડખડાટ હસી પડ્યો.

'કવિરાજ, આ અવંતી ન હોય.'

'હાસ્તો. નહિ તો હું આવી સ્થિતિમાં હોઉં?'

'અમારે ત્યાં તો સુધાનાથ સુકાઈ ગયા છે. ને આનંદ – અનુભવો એ તો પાપની પરિસીમા છે.'

'હેં!'

'મૃણાલબાનો વૈરાગ્ય તમે જોયો નથી અને આ વિલાસ પણ શું? એણે પણ અત્યારથી તપશ્ચર્યા શરૂ કરી છે.'

'શા માટે?' ધનંજયે પૂછ્યું.

'કવિરાજ, તૈલંગણની ખૂબીઓ ન્યારી છે.'

'પણ આટલી કન્યાને એ શું?'

'વિલાસનું લગ્ન સત્યાશ્રય કુંવર જોડે થવાનું છે. એને માન્યખેટના ગાદીપતિની પટ્ટરાણીને લાયક કેળવવી જોઈએ ને?'

જરા અસ્પષ્ટ કટાક્ષમયતાથી ભિલ્લમે કહ્યું, 'કેમ ખરું કે ની વિલાસ?'

વિલાસ હસી, બંને કવિઓ દયાથી તેની સામે જોઈ રહ્યા.

'એટલે હૃદયનાં ઝરણાં સુકાય ત્યારે પટ્ટરાણીની પદવી પમાય?' ધનંજયે પૂછ્યું.

'અમારાં મૃણાણબાની એવી માન્યતા છે. બેસ ની વિલાસ! આવ. હું આ બધા કવિઓને છોડાવી લાવ્યો; હવે એ આપણે ત્યાં રહેશે.' વિલાસ આવી ભિલ્લમ પાસે ઊભી રહી અને મૂંગે મોઢે ત્રણે જણા સામે જોઈ રહી.

તેને એક અપરિચિત અનુભવ થતો હતો. આ લોકોનો પહેરવેશ વિચિત્ર હતો; તેમની રીતભાત સ્વચ્છંદી, ટાઢાશ વિનાની હતી; તેમની વાતચીતમાં ગાંભીર્ય અને સંયમ જે – ગુણોની તેને ભક્ત બનાવવામાં આવી હતી – તેનો અભાવ હતો; તેમનાં મોં પર સખ્તાઈ કે ડહાપણનો અંશ નહોતો અને આ બધાને લીધે તેને વાતાવરણ કંઈ અસ્વાભાવિક લાગ્યું; પણ

આઘાત અને દુઃખ એવાં આકર્ષક લાગ્યાં કે ત્યાંથી જવાનું મન થયું નહિ.

'ત્યારે તમારે ત્યાંથી કવિઓને દેશનિકાલ કરવામાં આવ્યા છે એ વાત ખરી ?' રસનિધિએ પૂછ્યું, 'મેં તો ગપ ધારી હતી.'

'અમારે ત્યાં જે ન થાય તે ખરું,' ભિલ્લમે કહ્યું.

'તમારે ત્યાં કવિતા નહિ, રસ નહિ, આનંદ નહિ – પછી શું રહ્યું ?'

'બોલ વિલાસ ! જવાબ દે.'

ધીમેથી ઊંચું જોઈ તેણે રસનિધિની સામે જોયું અને કહ્યું: 'ત્યાગ – શાંતિ.'

'કેટલા માણસોએ ખરેખરાં ત્યાગ ને શાંતિ અનુભવ્યાં છે ?'

'અમે તો બધાં દેવો છીએ,' ભિલ્લમે હસતાં-હસતાં કહ્યું.

'દેવો પણ આનંદની મૂર્તિઓ છે; તમે તો પાષાણ થવા મથો છો.'

'અત્યારે દેવી હોય તો તેને તમારી આ વાતમાં બહુ રસ પડે.'

'બીજું બધું ચંચલ છે – નિશ્ચલ માત્ર એક શાંતિ,' પોપટની માફક વિલાસે સૂત્ર કહ્યું.

'ના, તે પણ ચળે એવી છે; નિશ્ચલ માત્ર આનંદ.'

વિલાસ, જરા તિરસ્કારપૂર્વક હસી.

'શાંતિ વિના આનંદ કેમ આવે ?'

'સુખના અનુભવથી.'

'તે તો ક્ષણિક.'

'કોણે કહ્યું ? રસિકતા હોય તો શાશ્વત સુખ મળે.'

'દેવી હજુ કેમ નથી આવ્યાં ? લાવ, હું માણસને મોકલું,' કહી વાતમાં ઝાઝો રસ નહિ પડવાથી મહાસામંત ઊઠ્યા. 'તમે વાત કરો, હું આવ્યો,' કહી ભિલ્લમ ઊઠ્યો.

ભિલ્લમ ઊઠ્યો એટલે ધનંજયે પાસે આવેલા સરવરિયા તરફ નજર કરી ઊઠવા માંડ્યું.

૭

રસિકતા

'રસિકતા શું ?' વિલાસે પૂછ્યું.

રસનિધિએ આંખો ફાડી: 'તમને ખબર નથી ?'

'ના.'

'તમે કાવ્ય સાંભળ્યાં છે ?'

વિલાસ હસી: 'તમારા ભર્તૃહરિનું વૈરાગ્યશતક સાંભળ્યું છે.'

'શૃંગારશતક સાંભળ્યું છે ?'

વિલાસે સખ્તાઈથી ઊંચું જોયું: 'એ તો પાપાચારી માટે.'

રસનિધિ હસ્યો: 'કંઈક નાટક જોયું છે ?'

'છેક નાની હતી ત્યારે સ્યૂનદેશમાં જોયું હતું, પણ યાદ નથી.'

'ચંદ્રની જ્યોત્સ્નામાં પડ્યાં-પડ્યાં કોઈ દિવસ ગાયું છે ?'

'ના. ચંદ્રના તેજમાં ફરવું મારે ત્યાજ્ય છે.'

રસનિધિ ગાંભીર્યથી તેના સામે જોઈ રહ્યો.

'ત્યારે તમને રસિકતાનું ક્યાંથી ભાન હોય ? તમારી પાસે આ બધું કોણ કરાવે છે ?'

'હું મારી મેળે કરું છું – મૃણાલબા માત્ર સૂચના કરે છે.'

'એ બધું કરવાનું શું કારણ ?'

'ત્યાગવૃત્તિ કેળવવી.'

'એમ કેળવાય ? તમે શું ત્યાગ કરો છો તેનું તો તમને ભાન નથી.'

વિલાસ વિચારમાં પડી: 'ના, છે. મને મૃણાલબા કહે છે.'

'માત્ર મોઢાની વાતો – અનુભવની નહિ.'

'કલંકિત કરે એવી વસ્તુનો અનુભવ –'

'કલંકિત શી વસ્તુ કરે?' રસનિધિએ જુસ્સામાં પૂછ્યું, 'જો કાવ્ય કલંકિત કરે, રસ કલંકિત કરે, જ્યોત્સ્નાનું અમૃત કલંકિત કરે – કાલે કહેશો કે પ્રેમ કલંકિત કરે – તો એ કલંકિત જીવન શું ખોટું?'

'મારે નિષ્કલંક થવું છે,' જરા સખ્તાઈથી વિલાસ બોલી અને ઊઠી.

રસનિધિ મૂંગો રહ્યો. થોડી વારે તેણે કહ્યું: 'ત્યારે તમને મારા જેવા તો કલંકિત લાગતા હશે?'

'ભોળાનાથ તમને સદ્‌બુદ્ધિ આપશે.'

રસનિધિ ગૂંચવાઈને ઊભો રહ્યો.

'રસિકતા અનુભવવાનું તમને કદી મન જ થયું નથી?'

'મને,' વિચારમાં પડી વિલાસે કહ્યું, 'એ વસ્તુનો પૂરો ખ્યાલ જ નથી.'

'ખ્યાલ લાવવાનું મન પણ થતું નથી?'

'પાપ કરવાનું મન ન થાય એમાં ખોટું શું?'

'વિલાસવતી!' રસનિધિએ માયાળુપણાથી તેની સામે જોતાં કહ્યું, 'રસિક થવું, રસિકતા અનુભવવી એમાં જ હું તો મોક્ષ માનું છું.'

'ના, ના, ના,' કાને હાથ દઈ, હસી વિલાસ બોલી. તેના હાસ્યમાં કંઈ જુદો જ ભાવ લાગતો, 'લો, આ બા આવી,' કહી તે દૂરથી આવતાં ભિલ્લમ અને લક્ષ્મીદેવી તરફ ફરી.

બંને જણ મૂંગાં મૂંગાં આગળ વધ્યાં અને રસનિધિએ લક્ષ્મીદેવીને પ્રણામ કર્યા.

'કવિરાજ! અમારાં આંગણાં આજ કેટલે વર્ષે પાવન થયાં!' લક્ષ્મીદેવીએ પોતાના પતિ તરફ એક તિરસ્કારની નજર નાખી કહ્યું.

'બા, મેં ધાર્યું નહોતું કે આ શુષ્ક દેશમાં અમારું આટલું સન્માન થશે. ધનંજય! આ દેવી આવ્યાં,' રસનિધિએ બૂમ મારી; અને કમલપત્રો પર નજર ઠારી રહેલો ધનંજય આ તરફ આવ્યો.

'ભાઈ! આ ઘર તમારું છે,' રાષ્ટ્રકૂટ રાજાઓના પેઢીધર ચાલી આવેલા સંસ્કાર દાખવતાં લક્ષ્મીદેવીએ ગૌરવથી કહ્યું. તેની કહેવાની રીત રાજવંશને

શોભાવે એવી હતી. 'માત્ર મારી એક જ પ્રાર્થના છે.'

'શી ?' ધનંજય આવી લાગ્યો હતો, તેણે કહ્યું.

'અમારા પર મહેરબાની કરી આપના વિનોદની વાત બહાર ન જાય તે જોજો. નહિ તો આપનો સમાગમ ઘણો ટૂંકો થઈ જશે.'

'દેવી !' ભિલ્લમે કહ્યું, 'આ શું કહો છો ?'

'ખરેખરું. આવા મહેમાનો જેમ વધારે રહે તેમ સારું. પછી નહિ તો ક્યાં મળવાના હતા ?' લક્ષ્મીના અવાજમાં કડવાશ હતી.

ભિલ્લમ મૂંગો રહ્યો. રસનિધિ ધ્યાનથી સાંભળી રહ્યો. 'વિલાસ ! આ કવિઓ જોયા ?'

'હા,' નીચે મોઢે હસતાં વિલાસે કહ્યું.

'કવિરાજ ! ચાલો ઘરમાં. હવે મધ્યાહ્ન થશે.'

'જેવી આજ્ઞા.'

'વિલાસ ! તું ક્યાં જશે ?' લક્ષ્મીદેવીએ પૂછ્યું.

'મારે હજુ જપ કરવો છે.'

'વારુ ! કવિરાજ ! બધા કવિઓમાં શિરોમણિ કોણ ?' ભિલ્લમે પૂછ્યું.

ધનંજયે જરા વિચાર કર્યો અને આંખો નચાવી કહ્યું: 'મહારાજ ! સ્યૂનદેશનો અધિપતિ ભિલ્લમ ! –'

બધાં હસ્યાં.

'હું ? –'

'– માત્ર જેના શબ્દો સાંભળી સમસ્ત કવિમંડળોને જીભે સરસ્વતી બિરાજે છે એવા રસેશ્વર ગણાતા મુંજરાજને પણ જેણે મહાત કર્યા તે.'

ભિલ્લમ ગર્વથી હસ્યો. આ વખાણ ખોટાં હતાં તોપણ તેનું હૃદય હરખાયું, પણ તેની સ્ત્રી આ હર્ષ ઝાઝી વાર ટકવા દે એવી નહોતી.

'કવિરાજ ! ત્યારે કહો ને કે મોટામાં મોટા કવિ તો મૃણાલબા.'

'કેમ ?'

'તમારા સ્યૂનરાજને મન પૂજ્ય જોઈએ તો તૈલપરાજ અને તેનો ગર્વ ગાળનાર મૃણાલબા.'

ભિલ્લમના મોં પર રતાશ આવી; તેની આંખ જરા ગુસ્સામાં આવી.

લક્ષ્મીએ તે જોયું અને વાત ફેરવી:

'કવિરાજ ! તમને વિદર્ભ દેશના ભવભૂતિનાં કાવ્યો આવડે છે ?'

'તમે તેનું નામ ક્યાંથી સાંભળ્યું ?'

'હું નાની હતી ત્યારે મારા પિતાને ત્યાંના કવિઓ તેના ગુણ ગાતા. તેઓ કહેતા કે કળિકાળમાં એવો કવિ થયો નથી ને થશે નહિ.'

'મારો આ રસનિધિ એનો મોટો ભક્ત છે.'

'હેં ?'

'હા ! એને તેનાં બધાં નાટકો પાઠે છે.'

'બા ! એ કવિની વાત તો તેં મને કરી જ નહિ ? વિલાસે પૂછ્યું.

'બેટા !' લક્ષ્મીએ નિસાસો નાખી કહ્યું, 'તને કહીને ક્યાં જાઉં ?'

વિલાસને સમજ ન પડી, તેને કહેવામાં શો વાંધો ? તે વખતે તે વધારે બોલી નહિ, પણ બધાંને નમસ્કાર કરી ત્યાંથી રાજમહેલના મંદિર તરફ ગઈ.

૮

સત્યાશ્રયનું સંવનન

વિલાસ જ્યારે પાછી મંદિરમાં ગઈ ત્યારે પોતે કંઈ બદલાઈ ગયેલી હોય એવું એને લાગ્યું એટલું જ નહિ, પણ સૂર્યમાં નવીન તેજ લાગ્યું, ઝાડોમાં કંઈ નવી ખૂબીઓ લાગી અને જપ કરવા બેસતાં જીવ અકળાયો.

તેને ધનંજય ને રસનિધિ કંઈ જુદા જ પ્રકારના માણસો લાગ્યા. તેમના હસવામાં સંયમ નહોતો, તેમની વાણીમાં ગાંભીર્ય નહોતું, તેમના શબ્દોમાં ઠાવકાઈ નહોતી, તેઓ પાપાત્માઓ જેવા સ્વચ્છંદી લાગ્યા, તોપણ તેમની રીતભાતમાં મનને ગમે એવી વિચિત્રતા લાગી. તેની કેળવણી, તેની ચારિત્ર્યની ભાવનાઓ અને તેના વિચારો – આ બધાંને શિખરે ચઢેલી તેની નજરને તો તે બંને તુચ્છ, સંયમવિહીન, સ્વચ્છંદી લાગ્યા; અને છતાં પણ કંઈ એવું થયા કર્યું કે જાણે તેમની વાતચીત ફરી તે સાંભળે, તેમનાં મુખ તે ફરી જુએ.

કોઈ કોઈ વખત હૃદયમાં લક્ષ્મીદેવી માટે તેને કંઈક લાગણીઓ સ્ફુરતી; અને બહારથી જોકે તે સ્વસ્થ રહેતી, પણ ઘણી વખત તેને મળતાં, તેની વાત સાંભળતાં, તેની પાસે શાબાશી મેળવતાં તેને કંઈક ન સમજાય એવું, ન કળાય એવું થતું. એવું કંઈક આ લોકને જોઈને થયું.

તેને રસનિધિ પર દયા આવી: બિચારો રસિકતાને મોક્ષ માનતો હતો ! શો મોહ ? શી અંધારી ? કેવો સારો માણસ કેવી ભ્રમણામાં સડ્યા કરતો હતો ? છતાં તે દુઃખી દેખાતો નહોતો; તેના હાસ્યમાં તેના શબ્દોમાં, તેનાં નેત્રોમાં આનંદ હતો, શાંતિ હતી. આવી શાંતિ તો જીવનમુક્ત જેવાં

મૃણાલબામાં પણ નહોતી. એ શું હશે ?

એ રસિકતા શું હશે ? રસસૃષ્ટિ તેની જાણ બહાર હતી; તેના રંગ તેણે જોયા કે પારખ્યા નહોતા. શું તેથી મોક્ષ મળતો હશે – શાંતિ મળતી હશે ?

તેને મુંજ યાદ આવ્યો. મૃણાલબા તેને પાપાચારી કહેતાં હતાં, પણ તે આનંદ ને શાંતિની મૂર્તિ લાગતો હતો. પાપાચારીને શું આવી શાંતિ સંભવે ?

તે જપ કરવા બેઠી, પણ કંઈ વળ્યું નહિ. તેના વિચારો રસનિધિ ને ધનંજય તરફ જ વળ્યા કર્યા.

તેને વિચાર આવ્યો કે તેની માએ પણ કવિતા સાંભળી હતી; તો શા સારુ મને નહિ સંભળાવી ? લક્ષ્મીદેવી કંઈ કલંકિત તો હતાં નહિ; છતાં તેણે કવિઓને સાંભળ્યા હતા, તેમનામાં એવું શું હતું કે જેથી મૃણાલબાએ તેમને દેશપાર કરાવ્યા હતા ?

છેલ્લા પ્રશ્નનો જવાબ તેને સહેલો લાગ્યો; આવા સ્વચ્છંદીઓ દેશમાં વસે તો લોકોનું નિયમિત અને શુદ્ધ થઈ રહેલું જીવન ભ્રષ્ટ થઈ જાય.

આવા વિચારો કરતાં તેને લાગ્યું કે પોતે પતિત થતી જતી હતી – સંયમના શુદ્ધ વાતાવરણમાંથી સામાન્ય અધમ જીવનની ગૂંગળાવે એવી ગલીચી તરફ પોતે જતી હતી. તૈલંગણની સમ્રાજ્ઞી થવાનું, અકલંકચરિત્ર જેવા શુદ્ધ પ્રભાવશાળી વીરની અર્ધાંગના થવાનું, પોતાના ચારિત્રબળે આખા સંસારને શુદ્ધ કરવાનું તેના ભાગ્યમાં લખાયું હતું. તેને આ મૂર્ખાઈ શોભે ? આ વિચાર આવતાં તેનું મન જપમાં પરોવાયું અને કવિઓના સમાગમથી ઉદ્‌ભવેલી ઊર્મિઓ શમી.

તેણે જપ કરવા આંખો મીંચી નહિ, એટલામાં તેની નજરે સત્યાશ્રય પડ્યો.

શાંત અને દઢ ચાલે ચાલતો, મુખ પર સખ્તાઈ અને નિશ્ચલતા દાખવતો તૈલંગણનો ભાવિ નરપતિ, પિતાનું વચન માથે ચઢાવી પોતાની ભવિષ્યની ભાર્યાને રીઝવવા આવતો હતો. તેના મોં પર ઉમળકો નહોતો, તેનાં ડગલાંમાં ઉત્સાહ નહોતો; તેની મુખમુદ્રા પર માત્ર કર્તવ્યપરાયણતા હતી.

તેને જોઈ વિલાસ શરમાઈ, ગૂંચવાડામાં પડી. તેનું પગલેપગલું પૂજ્ય છે એમ તેને મનાવવામાં આવ્યું હતું. તેના શબ્દેશબ્દે નિર્વાણમંત્ર છે એમ તેને શીખવવામાં આવ્યું હતું. પોતાના ઈશ્વરને સદેહે આવતો જોઈ તેને હર્ષ થયો; છતાં જાણેઅજાણે રસનિધિ તેની નજર આગળ ખડો થયો; અને તેના હૃદયમાં અસ્પષ્ટ અસંતોષ આવ્યો.

સત્યાશ્રય ને રસનિધિ બે એવા પુરુષો હતા કે બેને એક પછી એક જોતાં તેમનાં સ્વરૂપોની ભિન્નતાનો વિચાર આવ્યા વિના રહે નહિ.

સત્યાશ્રય વધારે મજબૂત હતો; તેના મુખ પર વધારે ગૌરવ લાગતું; પણ તેના શરીરમાં નહોતી રસનિધિની છટા, તેના ડગમાં નહોતો રસનિધિનો ઉત્સાહ, તેના મોં પર નહોતા રસનિધિના આનંદ ને ઉમળકા. કવિને જોતાં આહ્લાદ પ્રસરી રહેતો; રાજકુંવરને જોઈ જોનાર ત્રાસતો. એક સામાનું મન હરતો, બીજો સામાનું મન કબજે કરતો.

વિલાસને ભાન નહોતું કે તેનું હૃદય આવી સરખામણી કરી અસંતોષ અનુભવતું હતું; પણ તેને માત્ર અપરિચિત વિચિત્રતા લાગી.

સત્યાશ્રય કુંવર શંકરનાં દર્શન કરી વિલાસની પાસે આવ્યો. ને કોઈ દેવીને નમસ્કાર કરતો હોય તેવી સ્વસ્થતાથી વિલાસને નમસ્કાર કર્યો: 'વિલાસવતી! નમસ્કાર.'

'નમસ્કાર, કુંવર! વિજય કરી આવ્યા?' શરમાતાં-શરમાતાં વિલાસે કહ્યું.

'હા. ભગવાન પિનાકપાણિની કૃપાથી પિતાજીનો વિજય થયો.'

'અને માલવરાજનો પરાજય થયો?'

'હા. સત્યનો જય.'

'આપ કુશળ છો?' ડહાપણથી વિલાસે પૂછ્યું, પણ તરત રસનિધિ જોડે શી છૂટથી પોતે વાતો કરી હતી તે યાદ આવ્યું.

'હા. આનંદની વાત કહેવા આવ્યો છું.'

'શી?'

'પ્રભુકૃપા હશે તો આપણાં લગ્ન હવે થવાનાં.'

'હેં!' જરાક ઉમળકાનો અંશ આવતાં વિલાસથી બોલાઈ ગયું.

'હા.' શાંતિથી સત્યાશ્રયે કહ્યું; 'પિતાજીની આજ્ઞા છે.'

વિલાસે શરમાઈ નીચું જોયું; થોડી વારે તેણે પૂછ્યું: 'મૃણાલબા શું કહે છે?'

'તેમણે ક્યારનુંય મુહૂર્ત જોવડાવી રાખ્યું છે.'

વિલાસે જવાબ નહિ આપ્યો.

'વિલાસવતી! તમે મૃણાલબાની કસોટીમાં બરાબર પાર ઊતર્યાં છો.'

'એમ?'

'હા. આહવમલ્લનાં પુત્રવધૂની પદવી લેવા તમે લાયક થયાં એમ એમને લાગ્યું છે.'

'મારું અહોભાગ્ય!'

'ખરું, અને સાથે મારું પણ.'

વિલાસે જવાબ દીધો નહિ.

'ત્યારે હું રજા લઉં?'

'જેવી ઇચ્છા.' વિલાસે કહ્યું.

'જય મહાદેવ ત્યારે,' કહી સત્યાશ્રય પોતાનું સંવનન પૂરું કરી આવ્યો હતો તેવી જ સ્વસ્થતાથી પાછો ગયો.

વિલાસને સંવનનનો આવો જ અનુભવ હતો એટલે તેને કંઈ વિચિત્ર લાગ્યું નહિ; પણ કંઈ ન સમજાય એવા કારણથી હૃદય ખિન્ન થવા લાગ્યું. સોળ વર્ષમાં તેના હૃદયે ઘણા ઉમળકાઓ અનુભવ્યા નહોતા, અને સંયમની ટેવ પડી હોવાથી હૃદય એકદમ સ્વસ્થતા છોડતું નહિ, એટલે આવી અસ્પષ્ટ રીતે ખિન્નતા અનુભવતાં તેને ઘણું જ વિચિત્ર લાગ્યું, પણ આજે તેને એટલા બધા વિચિત્ર અનુભવો થયા હતા કે તેણે એ વિચિત્રતા પર વધારે વિચાર કર્યો નહિ.

પણ તેના મનની પાંખડી પોતાના પાસે આવી પહોંચેલાં લગ્ન પર ગઈ. લગ્નનો અનુભવ કેવો થતો હતો? તેને કંઈ એવી ખબર હતી કે નાટક નામનાં કાવ્યોમાં લગ્નની ઘણી વાત આવે છે. ત્યારે તેમાં લોકો કેમ પરણતા હશે?

કાવ્ય અને કવિ બંનેને તે ત્યાજ્ય ગણતી હતી. છતાં જે અનુભવ તે પોતે કરવાની હતી તે બીજાને કેવો લાગ્યો હશે તે જાણવાની જિજ્ઞાસા તેને થઈ આવી. તેણે ઘણા પ્રયત્ન કર્યા પણ એ જિજ્ઞાસા ગઈ નહિ; અને આખરે રસનિધિને પૂછી માહિતી મેળવવા તેણે નિશ્ચય કર્યો.

૯

પહેલો મેળાપ

મૃણાલવતીના પ્રભાવશાળી સ્વભાવને અપરિચિત એવો ક્ષોભ – માત્ર નામનો જ, અસ્પષ્ટ ક્ષોભ – તેના હૃદયને જરાક અસ્વસ્થ બનાવી રહ્યો. તેની હિંમત, તેનો સંસાર તરફનો વિયોગ, મુંજની અધમતા તરફ તેનો તિરસ્કાર તેવાં ને તેવાં જ રહ્યાં – થોડેક અંશે વધ્યાં કહીએ તોપણ ચાલે. છતાં તૈલંગણના શત્રુને સામે મોઢે મળવા જતાં તે પોતાની હંમેશની સ્વસ્થતા ખોવા લાગી. એ સ્વસ્થતા જતાં, માત્ર પરિણામ એ જ આવ્યું કે, તેની હિંમત કૃત્રિમ થઈ, તેનો તિરસ્કાર વધારે જુસ્સાભર્યો થયો.

કોઈ બીજા રાજકેદીને મળવા જવાનો વિચાર પણ મૃણાલના મગજમાં આવત નહિ; છતાં મુંજને મળવા જવું એ તેને સ્વાભાવિક લાગ્યું. વર્ષો થયાં મુંજને છૂંદી નાખવો એ તેની મોટામાં મોટી અભિલાષા હતી; વર્ષો થયાં મુંજની અધમતાનું દૃષ્ટાંત તેને પ્રિયમાં પ્રિય હતું. તેને મન તે પોતે સત્યનો વિજયધ્વજ ઉડાવવો એ તેને મહાન કર્તવ્ય લાગ્યું. પૃથિવીના પાપીઓમાં પોતે શ્રેષ્ઠ માનેલા પુરુષને તેની અધમતાનું ભાન કરાવવું એથી બીજી શી વધારે શુદ્ધ અને ધાર્મિક વસ્તુ હોઈ શકે ?

મુંજને જાતે મળવા જતાં તેને એક વિચાર આવ્યો. તેને મળવા જવામાં પોતે કોઈ રીતે કલંકિત તો થતી નથી ? કલંક કેમ હોય ? આવા નરપિશાચને મળવું એમાં પણ કલંક હોય – કેમ નહિ ? શું આટલાં વર્ષોની તપશ્ચર્યા એવી નિરર્થક કે પાપી જોડે વાત કરતાં કલંકિત થવાય ? પોતાના શુદ્ધ હૃદયથી સુરક્ષિત બનેલી તે શા માટે એવો સંશય રાખે ?

ધીમે-ધીમે હોઠ પર હોઠ બીડી, પોતાની શુદ્ધિ ને વૈરાગ્યની મહત્તામાં મગરૂર તે અવંતીના નિરાધાર બનેલા નરપતિને તેના કારાગૃહમાં મળવા ગઈ. રખેવાળો મૃણાલબાને જોઈ દિંગ બની ગયા અને ધ્રૂજતે હાથે ભોંયરાનાં બારણાં ખોલી આપ્યાં.

ભોંયરું નાનું હતું; અને પશ્ચિમ દિશા તરફના એક બાકોરામાંથી આવતા તડકાને લીધે તેમાં ઉજાસ હતો.

મુંજ સૂતો હતો. તેણે હાથ માથા નીચે રાખ્યો હતો અને પગની આંટી વાળી હતી. તેના એકેએક અંગની અપૂર્વતા નજરે પડતી; સ્નાયુએ સ્નાયુનો ખૂબીદાર મરોડ સ્પષ્ટ થઈ રહ્યો હતો. પ્રચંડ શરીર, અંગોની તેજોમયતા, રંગની નિર્મળતા – આ બધાં સાથે કંઈક ન સમજાય એવું તેના શરીરમાં, તેની સૂવાની છટામાં હતું. ઓરડીના અંધકારરૂપી શેષ પર શયન કરતા લક્ષ્મીવર જેવો તે લાગતો.

મૃણાલ બારણામાં પળવાર ઊભી રહી અને મુંજને તીક્ષ્ણ નજરે જોઈ રહી. તેણે ચિંતાતુર, ગર્વભંગથી નિરાધાર બનેલા મુંજને જોવાની આશા રાખી હતી. આટલી અધમતા અનુભવવા છતાં પણ આ નફ્ફટાઈ ધારનારને જોઈ મૃણાલનો તિરસ્કાર વધ્યો.

તિરસ્કારમાં તે પાછી જવા વળવા ગઈ અને મુંજ જાગ્યો. ધીમેથી તેની મોટી, સુંદર આંખો તેણે ઉઘાડી, છટાથી માથું ઊંચક્યું અને તે ધીમું, મીઠું હસ્યો.

આંખમાં ગભરાટ નહોતો, પણ આનંદ હતો. હાસ્યમાં ક્ષોભ નહોતો, મોહિની હતી.

મૃણાલવતી જતાં-જતાં અટકી. તે જતી રહે તો કાયરપણું દેખાય અને જે કામે આવી હતી તે કરવું રહી જાય. તે ઉપરાંત મુંજના હાસ્યમાં અપમાન સમાયું હોય એવો કંઈક ખ્યાલ તેને આવ્યો એટલે સખ્તાઈની અને ન્યાયની મૂર્તિ સમી તે ફરી.

મુંજની આંખો ગમ્મતમાં નાચતી; તેના હોઠ હસી રહ્યા, એટલું જ નહિ, પણ તેનું આખું મુખ આકર્ષક, આહ્‌લાદક બની રહ્યું.

'મૃણાલવતી ! આવ્યાં છો તો જરા ઊભાં તો રહો.'

મુંજના અવાજમાં મૃદુતા હતી, નિખાલસપણું હતું, મૈત્રીભાવ હતો. અનંત સુખનો લહાવો લેતા, સર્વને સ્નેહની નજરે જોતા કોઈ સંતોષી વિરલાનો જ અવાજ આવો હોઈ શકે.

મૃણાલને અવાજની બીજી તો અસર ન થઈ, પણ રખે ને પોતાનો અવાજ બેસૂરો નીકળે એવી બીકે તેણે કંઈ જવાબ દીધો નહિ. માત્ર તે ફરી; અને મુંજને હસતો જોઈ તેના મુખ પર સખ્તાઈ અને ગુસ્સો આવ્યાં.

મૃણાલને બાળપણથી પોતાના પ્રતાપનું ભાન હતું; કારણ કે તેના ભ્રૂભંગે આખો તૈલંગણ દેશ કાંપતો. તે ભ્રૂભંગની હંમેશ થતી ભયંકર અસર મુંજ પર પણ થતી જોવાને તે થોડી વાર અનિમેષ નેત્રે જોઈ રહી.

પણ જવાબમાં મુંજ ફરીને હસ્યો : 'આવ્યાં છો તો તમારું રૂપ તો જોવા દો. મેં તેનાં વખાણ તો ઘણાં સાંભળ્યાં છે.'

મૃણાલવતીના કાન પર આ શબ્દો પડ્યા, પણ તેનો અર્થ – એક પલવાર – તે સમજી શકી નહિ.

તપસ્વી, પ્રભાવશાળી, નિષ્કલંક અને અસ્પર્શ્ય મૃણાલવતીના રાજ્યમાં આવી નફ્ફટાઈથી કોઈ બોલી શકતું નહિ; અને અત્યારે આ શબ્દો તેને કાને પડે – અને તેને સંબોધાય ?

ગુસ્સામાં તેનું માથું હાલ્યું; તેની આંખો વિકરાળ થઈ ગઈ.

'પાપી !' તેણે કહ્યું, 'આવી અધમતામાં પણ શું બોલવું તેનું ભાન આવ્યું નથી ?'

'અધમતા કેવી ?'

'અધમતા ?' મૃણાલે તિરસ્કારથી કહ્યું, 'પૂછ તારી કીર્તિને ! પૂછ તારા કવિઓને ! પૂછ તારી સેનાને !'

મુંજ હસ્યો – આનંદથી, વિષમતા વગર. 'મારી કીર્તિથી તો તૈલપની તપસ્વિની બહેન અહીંયાં ખેંચાઈ આવી; મારા કવિઓથી મને જોવા આવવાનો તમને મોહ થયો; મારી સેનાના પ્રતાપથી છૂંદાઈ તમે મને પકડવાનો પ્રયત્ન કર્યો.'

'અને કાલે તું કૂતરાને મોતે મરશે.'

'મુંજ જેવા નરપતિને એથી વધારે કીર્તિકર મરણ ક્યાંથી હોય ?'

મૃણાલ મૂંગી થઈ રહી. જે માણસને પોતાની સત્તા અને પ્રતાપના ભારથી કચડી નાખવા તે આવી હતી, તે ભોંય પર છતાં સિંહાસન પર હોય તેમ, કેદમાં છતાં પોતાના મહેલમાં હોય તેમ નિરાંતે, સ્વસ્થતાથી બેઠો હતો. નિરંકુશ આનંદથી વાત કરતો હતો.

મૃણાલનો તિરસ્કાર વધ્યો. સામાન્ય માણસો દુઃખમાં અશાંત થતાં હતાં; આ કેવો પાપાચારી હતો કે આ કારાગાર પણ તેની શાંતિનો ભંગ કરતું નહોતું !

'રાક્ષસ ! તું જાણે છે કે તેં શાં શાં પાપ કર્યાં છે ?'

'મારે મન ફાવતું મેં સદા કર્યું છે – તેમાં પાપ શું છે ?'

મૃણાલ ગૂંચવાઈ. સ્વચ્છંદથી આચરવું તેમાં જ તેને મન પાપ હતું.

'મન ફાવતું કરવામાં પાપ નહિ ?' તેણે થોડી વારે કહ્યું. 'તેમાં જ તું સદેહે નરક ભોગવે છે.'

જરા આશ્ચર્યથી મુંજે આંખો ઉઘાડી. તેની આંખો મોહક હતી, તેના તેજે જરાક મૃણાલનું ધ્યાન ખેંચ્યું.

'તમે નરક કોને કહો છો ?'

'કંગાલ ! તારા જેવાની સ્થિતિને.'

મુંજ હસ્યો : 'મૃણાલવતી ! એ ભ્રમ છે.'

'કેમ ?'

'સ્વર્ગ કે નરકની મને પરવા નથી. પણ હમણાં અનુભવું છું તેથી સ્વર્ગમાં વધારે સુખ નથી, ને નરકે જતાં તે ઓછું થવાનું નથી.'

'એ જૂઠાણું મારી આગળ ચાલશે ?'

'શા માટે જૂઠું કહું ?'

'તારી અધમતા છુપાવવા.'

'અધમતા ? ક્યાં છે ? હું તો હતો એવો જ છું.'

'કોણ ?'

'પૃથિવીવલ્લભ,' હસીને, નેત્રમાંથી અમી વર્ષાવી મુંજે કહ્યું.

'હવે ? તું ? પૃથિવીવલ્લભ તો એ બેઠો મહેલમાં.'

'કોણે કહ્યું ?'

'આખી દુનિયાએ.'

'ત્યારે દુનિયા જખ મારે છે,' બેદરકારીથી મુંજે કહ્યું, 'જે સુખ હું મારા પ્રાસાદમાં માણતો તે જ આજ અનુભવું છું. જે આનંદ હું વિજયમાં અનુભવતો હતો તે જ હું પરાજયમાં માનું છું. પૃથિવીનો જેવો વલ્લભ હું ત્યારે હતો તેવો જ હાલ છું.'

'નફ્ફટ ! આ તો મન ખુશ રાખવાનાં ફાંફાં કહેવાય !'

'તમને ફાંફાં લાગતાં હશે. જ્યાં સુધી મારી વલ્લભતા કાયમ છે ત્યાં સુધી એ વાત ખરી છે,' નિરાંતથી મુંજે કહ્યું.

થોડી વાર મૃણાલ જોઈ રહી. આની નફ્ફટાઈને હદ નહોતી !

'હજુ તારે તૈલપના પ્રતાપનો સ્વાદ ચાખવો છે કે કેમ ?'

'પ્રતાપ ! એ બિચારાનો !'

'તારાથી એનો પ્રતાપ તેજસ્વી છે.'

'કોણે કહ્યું ? તમારા હૃદયને પૂછો, તમે ને તે મારા પ્રતાપે તો ઝાંખાં છો.'

'તારા પ્રતાપે હું ઝાંખી ? શું બકે છે ?'

'ગુસ્સો નહિ કરો, મૃણાલવતી ! આ ચંચળ જીવન આમ શા માટે જતું કરો છો ?'

'મને તારો બોધ નથી જોઈતો.'

'તેમાં તો આવાં રહ્યાં. મારો બોધ લીધો હોત તો આમ વલ્કલ પહેરી તમે આવરદા પૂરું કરત નહિ.'

'ને તેં કેમ કર્યું ?' તિરસ્કાર છોડી જિજ્ઞાસા થઈ આવવાથી મૃણાલે પૂછ્યું.

'મેં ?' કહી પૃથિવીવલ્લભે ટટ્ટાર થઈ કહ્યું, 'સૃષ્ટિનો રસ ચાખતાં નથી એક પળ મારી દુઃખમય ગઈ, પ્રસંગેપ્રસંગમાંથી, પળેપળમાંથી મેં

રસ ખેંચ્યો છે. તમે એવું જીવન ભોગવ્યું છે? મૃણાલવતી! તમે મારી અધમતાની વાત કરો છો? જ્યારે એ રસ ચૂસવાની શક્તિ જશે ત્યારે તો જુદી જ વાત, પણ જ્યાં સુધી તે છે ત્યાં સુધી તો હું પૃથિવીનો વલ્લભ જ.'

મૃણાલ સાંભળી રહી. શબ્દોમાં ગર્વ હતો. પણ નહોતો આડંબર કે નહોતો ઢોંગ. દરેક શબ્દ સત્ય હોય તેવો ભાસ થતો. મૃણાલને કદી ન થયેલો એવો અનુભવ થતો હતો – પોતાની સત્તા ચલાવવાને બદલે બીજાની શાંત આકર્ષક સત્તાના પ્રતાપમાં તે અંજાઈ રહી હતી.

'મુંજ! ત્યારે તું મને ઓળખતો નથી!'

'મારે ઓળખવાની શી જરૂર? જે છો તે મારે મન પૂરતાં છો.'

'એટલે?' મૃણાલે સખ્તાઈથી પૂછ્યું.

'માનભંગ થયેલાં માનુની.'

'શું?' હોઠ કરડી તેણે પૂછ્યું.

'મને વશ કરવા આવ્યાં હતાં – વશ થઈને જાઓ છો. તમારા જેવાંને વશ કરવા કરતાં બીજું વધારે શું સુખ?' કહી મુંજ ઊભો થયો; અને તેના પ્રચંડ, તેજસ્વી શરીરની મોહકતા ચારે તરફ પ્રસરી રહી.

'તું મને વશ કરવા માગે છે?' દાંત પીસી મૃણાલે પૂછ્યું.

'ના, તમે વશ થવા માગો છો. મારી પાસે આવીને ભૂલ કરી. હવે તમે જુદાં જ થઈ રહેવાનાં, મૃણાલવતી!' એકદમ જરા નીચા વળી ધીમેથી, મીઠા સ્વરે મુંજરાજે કહ્યું: 'મારી પાસે આવ્યાં કે સજીવન થયા વિના રહેવાનાં નથી.'

આ શું બોલે છે તેનો સ્પષ્ટ અર્થ ન સમજતાં મૃણાલે પગ ઠોકી કહ્યું: 'હું જોઉં છું, ત્યું ક્યાં સુધી જીવે છે તે?'

'આ પળે જીવું છું; પછી બીજી શી ફિકર?'

'જોઉં છું તને ફિકર કેમ નથી થતી!' મિજાજનો ઊભરો બહાર કાઢતાં મૃણાલે કહ્યું, 'તારે રોમેરોમ કીડા પડશે. પછી જોઈશ.'

'મારે રોમેરોમ કીડા પડશે તેમાં ફિકર શી? ફિકર તો તમારા જેવાંને કે જેને વિચારેવિચારે નરકની વાસ મારે છે.'

મૃણાલ સ્થિરતાથી જોઈ રહી, 'મુંજ! હજુ તારે ઘણું અનુભવવાનું છે, યાદ રાખજે,' કહી તે જવાને ફરી.

'એમાં શું? જે લહાવો મળ્યો તે ખરો,' કહી મુંજ હસ્યો.

'હા! પૂરેપૂરો લહાવો મળશે,' કહી ગુસ્સાના આવેશમાં મૃણાલ ચાલી ગઈ. તેનું મગજ કહ્યું કરતું નહોતું.

'એથી રૂડું શું?' પાછળ પૃથિવીવલ્લભનો હસતો, મીઠો અવાજ આવ્યો.

૧૦

દયા

મૃણાલવતી ત્યાંથી ઝપાટાબંધ મહેલમાં ગઈ. તેના મનની સ્થિતિ કંઈ વિચિત્ર થઈ ગઈ હતી.

તેને લાગ્યું કે પોતે સ્વસ્થ તો હતી, છતાં લોહી ઊકળતું હતું. મનમાં કંઈ અપરિચિત વસ્તુ દાખલ થઈ હતી. મુંજને મળવા ગઈ ત્યારે તે જુદી હતી; હવે તે જુદી લાગી.

તેણે ધાર્યું કે અધમતાના અવતાર સરખા મુંજના સંસર્ગથી પોતાની શુદ્ધિને કલંક લાગ્યું હતું; અને તેથી તેને આમ લાગતું હતું અને પછી શુદ્ધિ પ્રાપ્ત કરવાનો પ્રયત્ન કરતાં માલવનાથ તરફ પોતાનો તિરસ્કાર વધતો જતો હતો તેથી જ તે તેના મન આગળ આવતો હતો.

તેણે સંસર્ગદોષ મટાડવા સ્નાન કર્યું અને માનસિક શુદ્ધિ મેળવવા ધ્યાન ધરવા બેઠી. તે મુંજ ઉપર ઘણી ગુસ્સે થઈ હતી; અને તે ગુસ્સો રજોગુણનો આવિર્ભાવ હોવાથી, તેને કાઢવાની મથામણ કરવા તે બેઠી.

તેના જેવી જીવનમુક્તને ગુસ્સો શું? તેણે તો નિર્વિકાર દૃષ્ટિએ તેના પાપપુણ્યનું સરવૈયું કાઢી, તે પ્રમાણે તેની જોડે વર્તવું જોઈતું હતું.

ગુસ્સો અસ્વાભાવિક હતો; તેના કરતાં આ માણસ દયાને પાત્ર વધારે હતો. તેના જેવી જિતેંદ્રિય એની દયા નહિ કહે? ખરી વાત હતી. ગુસ્સો ઉતારવા માટે મુંજ વિશે જ વિચાર કરી તેના પર કરુણા લાવવી જોઈએ. મુંજ તો ધ્યાન આગળથી ખસતો જ નહોતો એટલે એ વાત તો સહેલ હતી.

તેને પોતાના સંશયનો ખરેખરો ખ્યાલ આવ્યો; ઘણા થોડા વખતમાં તે ગુસ્સો વીસરી ગઈ અને મુંજને દયાની લાગણીથી જોવા લાગી. માત્ર કંઈ ન સમજાય તેવી રીતે હૃદય ચણચણતું હતું.

તે શા માટે ચણચણતું હશે ? વિચાર કરતાં તેનું કારણ જણાયું. આમ દયા કરતાં તે આવા પાપી તરફ પૂરતો ન્યાય થવા દેતી નહોતી. તે પાપી તો હતો, તેના જેવીનું પણ તેણે અપમાન કર્યું હતું. તેને પોતાને તો કંઈ માનઅપમાન જેવું હતું જ નહિ, પણ છતાં પાપની શિક્ષા તો થવી જ જોઈએ.

શી એ માણસની નફ્ફટાઈ હતી ! કેવા પાપના પંકમાં તે પડ્યો હતો કે પોતે ક્યાં હતો તેનું પણ તેને ભાન નહોતું. તેને તેનું ભાન તો કરાવવું જોઈએ – નહિ તો ન્યાય થયો કહેવાય જ નહિ.

શી શિક્ષા કરવી ? એટલામાં જૂની રીત તેને યાદ આવી – તે ન્યાયી લાગી.

હારી ગયેલા રાજાઓને લાકડાનાં પાંજરાંમાં પૂરી રાજમહેલ આગળના ચોકમાં રાખતા અને લોકોની હાંસી ને મશ્કરીમાં તેમનાં ગર્વિષ્ઠ હૃદયનો ગર્વ ગાળવામાં આવતો. શા માટે મુંજને આ શિક્ષા ન થાય ?

તે ઊઠી અને તૈલપરાજ પાસે ગઈ. તૈલપરાજને ગળે તે વાત ઊતરી ગઈ અને સત્યાશ્રયે તૈયાર કરાવેલા કાષ્ઠપિંજરામાં મુંજરાજને પૂરવાનો હુકમ કર્યો.

મૃણાલને શાંતિ વળી – હવે ન્યાય થયો. અંતરમાં સાથે એક વિચાર આવ્યો કે હવે એની પૃથિવીવલ્લભતા ક્યાં રહી ? સાથે એક ઊર્મિ થઈ આવી કે આ આઘાત એ કેમ સહન કરે તે જોવું જોઈએ.

એમાં શું ખોટું હતું ? તે બિચારો હતો તો દયાને પાત્ર, માત્ર ન્યાયબુદ્ધિથી દીધેલી શિક્ષા સહેતો હતો. એવા માણસની શી સ્થિતિ છે એ જોવું એ શું તેના જેવી સુબુદ્ધિવાળાંની ફરજ નથી ?

શા માટે નહિ ?

૧૧

રસનિધિની ખિન્નતા

વિલાસવતીને વાતાવરણમાં કંઈ અપરિચિત મીઠાશ લાગી. તેના અંતરમાં સજીવન કરવા છાંટેલી અંજલિની અસર થતી હોય તેમ જીવ આવવા લાગ્યો.

તેનું હૃદય હજું પીગળ્યું નહોતું. સૂર્યકિરણોના પ્રથમ સ્પર્શથી કળીની પાંખડીઓ ફરકે તેમ તેના બીડેલા હૃદયમાં થવા લાગ્યું. તે જાણતી નહોતી કે શું થતું હતું – જે થતું હતું તે ઘણું આહ્લાદક હતું એ વાત નિઃસંશય હતી.

એ આહ્લાદ ચારે દિશામાં પ્રસરતો હતો અને તેનું લગ્ન નક્કી થયેલું જોઈ તેમાં વધારો થયો. તે પુરાણી રીત પ્રમાણે સત્યાશ્રયને મનથી વરી ચૂકી હતી, તેનાં પગલાં પૂજતી હતી, તેની અર્ધાંગના થવાનાં સ્વપ્નાં અનુભવી જીવતી હતી. અત્યારે તે સ્વપ્નાંઓમાં પણ અણદીઠેલી ભભક આવી.

એ ભભક અસ્પષ્ટ હતી, કારણ કે સંસારના લહાવાઓનું તેને ભાન નહોતું.

રસનિધિએ કહેલી 'રસિકતા'થી તે ગૂંચવાઈ. એ તે શું હશે ? તેને તે જાણવાનું મન થયું. તેણે મનને મારવા પ્રયત્ન તો કર્યો – રખે ને તેમાં કલંક હોય ! વખત મળે તો મૃણાલબાને પૂછવાનો પણ નિશ્ચય કર્યો; પણ આજે તો કંઈ દેખાતાં નહોતાં.

પણ તે જાણવામાં શો વાંધો હોઈ શકે ? લક્ષ્મીદેવીએ પણ નાટક સાંભળ્યું હતું, તેના પિતા કવિઓ રાખતા હતા. ત્યારે આવા કવિને મળવામાં શો વાંધો ?

મૃણાલવતી તે દિવસે હંમેશની માફક આવ્યાં નહિ એટલે તેણે ઈશ્વરનું ધ્યાન છોડી પોતાની જિજ્ઞાસા સંતોષવા પર ધ્યાન દોડાવ્યું.

રખેને મૃણાલવતી આવતાં હોય તો જોઈ જાય તે બીકે તે થોડી વાર બેસી રહી; પણ પછી હિંમત કરી ઊઠી. આજે વિજયપ્રસંગ હતો. તે આજે પોતાના નિયમો જરા છોડે તો કોઈ વાંધો લઈ શકે એવું નહોતું.

આ નવા વિચારો પોતાની માને જઈ કહેવા અને તે શું કહે છે તે પોતે સાંભળવા માગતી હતી. આ માટે તે પોતાના પિતાના મહેલ તરફ ગઈ.

ભિલ્લમનો મહેલ રાજમહેલનો એક વિભાગ જ હતો અને બંનેનાં ઉદ્યાનો પહેલાં એક હતાં. પણ આજે કેટલાં વર્ષો થયાં તે બે વચ્ચે વાડ કરી લેવામાં આવી હતી. એ વાડમાં એક છીંડું હતું તેમાં થઈને વિલાસ પોતાના બાપના મહેલ તરફ ગઈ.

સંધ્યાના સમયને થોડી વાર હતી. સૂર્યના મીઠા તાપમાં વાડી ઘણી શોભતી હતી. વિલાસ એક પલવાર ત્યાં ઊભી રહી. આ વાડીમાં આટલી રમણીયતા આજે કેમ લાગતી હતી ?

વચ્ચે વૃક્ષોનું એક ઝુંડ હતું. ત્યાં આગળથી જતાં તેને કોઈ ભોંય પર સૂતું હોય તેમ લાગ્યું.

'કોણ એ ?' વિલાસે પૂછ્યું.

સૂતેલા માણસે એકદમ ચારે તરફ જોયું. વિલાસે તેને ઓળખ્યો.

'કોણ, કવિરાજ ?'

'હા,' રસનિધિએ કહ્યું.

વિલાસ ખંચાઈ. આ કવિને આમ મળવાની તેણે આશા રાખી નહોતી.

'કેમ, શું કરો છો ?'

'કંઈ નહિ, ભિલ્લમરાજને અર્પણ કરવા એક અષ્ટક બનાવતો હતો.'

'આખો દહાડો કવિતા જ કર્યા કરો છો ?' વિલાસે હસીને પૂછ્યું.

'ના,' દિલગીરીભર્યા અવાજે રસનિધિએ કહ્યું.

વિલાસે તેના મુખ ઉપર છવાયેલી ગ્લાનિ જોઈ અને પૂછ્યું :

'કેમ ? અહીંયાં ફાવે છે ? કંઈ જોઈતું-કરતું હોય તો કહેજો.'

'મને જોઈએ તે તમે કરીને આપી શકશો ?' ડોકું ધુણાવી રસનિધિએ કહ્યું.

'શું જોઈએ છે? બાપુને જે કહેશો તે બધું મળશે.'

'બા! તમે તો બાળક છો. બધું ક્યાંથી મળશે? – ક્યાં માલવા ને ક્યાં તૈલંગણ?'

'કવિરાજ! તૈલંગણમાં શું ઓછું છે? તમે હજુ જોયું નથી તેથી આમ કહો છો.'

'ના! ભલે તૈલંગણ સોનાનું હોય, તેમાં મારે શું? મારી અવંતીનાં પ્રિય પુરજનો, મારા મહાકાલેશ્વરના ગગનભેદી ઘંટનાદો, મારા પિતાની પુનિત દાહભૂમિ – એ ક્યાં મળશે?'

'આ તો મારી બા કહે છે તેમ તમે કહો છો. તેને પણ સ્યૂનદેશ વિના ચેન પડતું નથી.'

'ખરી વાત છે.'

'પણ તમને શું? મારી બા તો રાણી હતી તેથી તેને સાલે છે. તમે તો ત્યાં પણ કવિ હતા, અહીંયાં પણ છો. મુંજરાજ કરતાં ભિલ્લમરાજ તમારો વધારે આદર કરશે.'

'વિલાસવતી!' ફરીથી મ્લાન વદને હસી રસનિધિએ કહ્યું, 'પરજનની મૈત્રી કરતાં સ્વજનની સેવા સારી.'

'મને વાત ખોટી લાગે છે.'

'કારણ કે તમે સ્વજન અને પરજન વચ્ચે ભેદ ભાળ્યો નથી.'

'તમારે સ્ત્રી છે?'

રસનિધિએ વિચાર કરી કહ્યું: 'હા.'

'ત્યારે તો યાદ આવતી હશે.'

'હાસ્તો, અમારે કંઈ તમારી માફક ત્યાગવૃત્તિ સેવવી છે?'

'જુઓ ત્યારે હું શું કહેતી હતી? ત્યાગવૃત્તિ નથી સેવી તેમાં જ તમને દુઃખ થાય છે.'

'વિરહ ભોગવી દુઃખી થવાને બદલે કઠોર બની પ્રેમીજનોને વીસરી જવાં તેમાં હું મોટાઈ માનતો નથી.'

વિલાસ સમજી નહિ. તેણે એક ડગલું આગળ ભર્યું. તેઓ ધીમે-ધીમે ભિલ્લમરાજના મહેલ તરફ જતાં હતાં.

'વિરહ શું ?'

'પ્રેમ સમજ્યા વિના તે કેમ સમજાય ?' રસનિધિએ કહ્યું. તેણે વિસ્મય પામી આ નિર્દોષ છોકરી સામે જોયા કર્યું.

'કવિરાજ ! મારું માનીને જરા તપશ્ચર્યા આદરો,' વિલાસે કહ્યું, 'તમારું ચિત્ત શાંત થશે.'

'એવી ચિત્તની શાંતિને શું કરું ?' ડોકું ધુણાવી રસનિધિએ કહ્યું, 'ચિત્ત અશાંત છે – અશાંત થવાનું તેને કારણ છે – તો શા સારુ એવો ખોટો પ્રયત્ન કરવો ? મારી સ્ત્રી તમારા જેટલી છે; તે બિચારી દિન ને રાત આંસુ સારતી હશે – તેની પળેપળ વિષમ બની રહેતી હશે. તે આવું દુઃખ ભોગવે અને હું સ્વાર્થી શાંતિને ખાતર તપશ્ચર્યા આદરી નઠોર બનું ? જે સુખ આપે તેને માટે દુઃખી થવું એ પણ એક લહાવો છે.'

વિલાસ અનુકંપાભરી નજરે જોઈ રહી: 'ત્યારે તમને દુઃખી થવું તેમાં સુખ દેખાતું લાગે છે.'

'ના –'

'ત્યારે બીજું શું ?'

'હું દુઃખી ન થાઉં તે માટે હૃદયનાં ઝરણાં સૂકવી નાખું તો પછી તે સુખભીનું કદી ન થાય.'

'એ ભ્રમ છે. સુખ એટલે દુઃખનો અભાવ.'

'કોણે કહ્યું ?' જરા જુસ્સાથી રસનિધિએ પૂછ્યું, 'તમને સુખ શું છે તેનો ખ્યાલ નથી. સુખ એટલે માત્ર દુઃખનો અભાવ નહિ. માત્ર સંતોષ એટલું જ નહિ; સુખ એટલે શરીર અને મનની ઊર્મિએ ઊર્મિનું નૃત્ય. સવારમાં પંખીઓનો કિલ્લોલ જોયો છે ? એનું નામ સુખ.'

'એ સુખ કેમ મળે ?'

રસનિધિએ પલવાર તેની સામે જોયું: 'તમે પરણશો ત્યારે ખબર પડશે. તમારું લગ્ન સત્યાશ્રય કુંવર જોડે થવાનું છે ?'

'હા.'

'ત્યારે તેને જોઈ તમારું હૃદય થનગન નાચતું નથી ?'

'શા માટે ? એ સંયમી છે ને હું પણ સંયમી છું.'

'તેને સ્પર્શ કરી, તેના શબ્દો સાંભળી અંતર ઠારવાનું મન નથી થતું ?'

'કોઈક જ વખત.'

'ત્યારે વિલાસવતી !' રસનિધિએ કહ્યું, 'તમને સુખ કે દુઃખની શાની સમજ પડે ?'

વિલાસ હસી.

'મને સમજ પાડો જોઈએ.'

'તમારું હૈયું ઉજ્જડ થયું છે તે ક્યાંથી સમજ પડશે ? લો, હવે મહેલ આવ્યો, પધારો.'

'કવિરાજ ! મારી જોડે વાત કરવી ગમતી નથી, કેમ ? તમારું ચિત્ત અસ્વસ્થ છે – અવંતી ગયું છે. તમે દુઃખી થાઓ તે મને ગમતું નથી.'

'ના, તમે છો એટલી વાર હું મારું દુઃખ ભૂલી જાઉં છું.'

'ત્યારે તમને એક-બે વાત પૂછવી છે,' કહી એક ઝાડના થાળા પર વિલાસ બેઠી.

'પૂછો,' ખિન્ન વદને હસી રસનિધિએ કહ્યું.

૧૨

સહધર્મચાર

'પણ કોઈને કહેશો નહિ.'

'હું કોને કહેવાનો હતો ?'

'મારી બા જાણે તો મને વઢે.'

'ત્યારે એવી વાત શા માટે પૂછો છો ?'

વિલાસ થોડી વાર મૂંગી રહીને બોલી: 'બીજું કોઈ એવું નથી કે તેને પૂછું.'

'બોલો.'

'તમે પરણેલા છો ?'

'હા.'

'પરણીને મારે કેમ વર્તવું ?'

રસનિધિ ખડખડાટ હસી પડ્યો: 'તમે કેમ ધારો છો ?'

વિલાસને હસવાનું કારણ સમજાયું નહિ: 'શાસ્ત્રમાં તો સહધર્મચાર કરવાનો કહ્યો છે.'

રસનિધિ ફરી હસ્યો: 'બસ ત્યારે.'

'પણ બધાં એમ ક્યારે કરે છે ?'

'જેમ માણસની જાત જુદી તેમ સહધર્મચારનો પ્રકાર પણ જુદો,' હસતાં હસતાં રસનિધિએ કહ્યું.

'તે કેવી રીતે ?'

'અમારી અવંતીમાં એક કઠિયારો છે. તે પણ સપત્નિક તાંડવ

સહધર્મચાર આદરે છે –'

વિલાસે મૂંગે મોઢે જોયા કર્યું.

'સવાર, બપોર ને સાંજ અકેકને મારે છે.'

વિલાસ પણ હસી પડી : 'પછી ?'

'પછી શું ? બીજો પ્રકાર એક વિપ્રવર્યનો છે.'

'તે શો ?'

'તેનું નામ સરસ્વતી સહધર્મચાર. તે અને તેનાં ધર્મપત્ની એકબીજાની સાત પેઢી રોજ સંભારે છે.'

'નહિ, નહિ. મશ્કરી શું કરો છો ?'

'સાચી વાત. પણ તમારે તો બધા પ્રકાર સાંભળવા છે ને ?'

'હા.'

'ત્યારે ત્રીજો પ્રકાર સ્વેચ્છાધર્મચાર.'

'એટલે ?'

'જેની નજરમાં જે આવે તે તે કરે તે.'

'તે કંઈ સહધર્મચાર કહેવાય ?'

'હાસ્તો ! પરણીને જે કરીએ તે સહધર્મચાર.'

'પછી કંઈ સારા પ્રકાર છે કે બધા આવા જ છે ?'

'હા; પછીનો પ્રકાર સ્વયંભૂ સહધર્મચાર.'

'એટલે ?'

'એક પક્ષ ધર્મનું આચરણ કરે ને બીજા પક્ષને પરવા નહિ.'

'એ તો બહુ ખોટું.'

'પણ ઘણે ભાગે લોકોને આ પ્રિય છે.'

'કેમ ?'

'ઘણું ખરું સ્ત્રી ધર્માચરણ કરે ને પુરુષ –'

'શું ?'

'ચાહે તે કરે.'

'અરરર ! કેવી અધમતા !'

'એમાં અધમતા શાની ? ધર્મનું ગાડું એક જણ ખેંચે ને બીજો ગાડામાં

બેસે.'

'પછી ?'

'પછી શું ? એક પ્રકાર શુષ્ક સહધર્મચારનો.'

'એટલે ?'

'બંને શાસ્ત્ર પ્રમાણે વર્તે. ને ન હોય તેમાં રસ, આનંદ, પ્રેમ.'

'તેમાં શું ?'

'આ પણ અધમ પ્રકાર જ કહેવાય.'

'ખોટી વાત. આ પ્રકાર જ ખરો.'

'વિલાસવતી ! આનંદ કે પ્રેમ વિનાનો સહધર્મચાર એટલે શું તેનો તમને ખ્યાલ છે ?'

'હા, મહારાજ અને જક્કલાદેવીનો એવો જ શુદ્ધ પ્રકાર છે.'

'ત્યારે તેમનાં જેવાં દુઃખી ને હીણભાગી સ્ત્રી-પુરુષ મળવાં કઠણ પડશે.'

'ત્યારે ખરો સહધર્મચાર કયો ?'

'જ્યાં અન્યોન્ય પ્રેમ હોય, જ્યાં એકમેકને માટે અનંત રસ વહેતા હોય, જ્યાં આનંદ દિન ને રાત એકમેકના નયનલગ્નમાં, એકમેકના સ્પર્શમાં હોય તે સહધર્મચાર.'

વિલાસ ગૂંચવાડામાં રસનિધિની સામે જોઈ રહી.

'તમે તો બધી ઊંધી જ વાતો કરો છો.'

'ના. તમને બધું જ ઊંધું શીખવવામાં આવ્યું છે.'

'ત્યારે એક વાત પૂછું ?'

'સુખેથી.'

'તમારો સહધર્મચાર કેવા પ્રકારનો છે ?' પૂછતાં વિલાસે પૂછ્યું અને પસ્તાઈ. રાજકન્યાની ઊંચી પદવી પરથી પરિજનોને ગમે તેમ પૂછવાની ટેવ પડી હતી; છતાં રસનિધિમાં કંઈ ન કળાય એવું ગૌરવ હતું. તેને ખોટું તો નહિ લાગે ?

રસનિધિની આંખ ગંભીર થઈ, તેમાં મૃદુતા આવી.

'વિલાસવતી ! મારે મન સહધર્મચાર એક જ પ્રકારનો છે.'

'કયો ?'

'છેલ્લા.' કહી તેણે નિસાસો મૂક્યો. વિલાસ રસનિધિના હેતભીના મુખ સામે જોઈ રહી, તેના પર અનિર્વચનીય, અપરિચિત ભાવ તેને દેખાયા.

'તમારી સ્ત્રીનું નામ શું ?'

'ઉદયામતી.'

'નામ સરસ છે.'

રસનિધિ ફિક્કું હસ્યો.

'તેને કાવ્યો આવડે છે ?'

'તે કાવ્યો લખે છે.'

'ઓહોહો ! ત્યારે તો કોણ જાણે કેવીયે હશે !'

'દેવને પણ દુર્લભ એવી.'

વિલાસ જરા મૂંગી રહી, વિચારમાં પડી.

'મને એવી થતાં શીખવશો ?'

રસનિધિ હસ્યો.

'મારે થોડાં કાવ્યો સાંભળવાં છે,' વિલાસે એકદમ કહ્યું.

'મૃણાલવતી વઢશે નહિ ?'

'તે ક્યાં જાણવાનાં હતાં ?'

'તો મારે શો વાંધો ? શું સાંભળવું છે ?'

'મારી બા કયા કવિની વાત કરતાં હતાં ?'

'મહાકવિ ભવભૂતિની.'

'તેનું કયું કાવ્ય તમને આવડે છે ?'

'બધાં. તમારે કયું સાંભળવું છે ?'

'મારી બા કંઈ માલતીમાધવની વાત કરતી હતી.'

રસનિધિ જરા ખંચાયો : 'ઠીક ત્યારે તે. ક્યારે ?'

'જોઈશ. વખત મળશે ત્યારે આવીશ.'

૧૩

લક્ષ્મીદેવી રણે ચઢ્યાં

રસનિધિએ ખિન્નતામાં માથું નમાવ્યું તે વિલાસે જોયું, અને તેનું હૈયું દ્રવી ઊઠ્યું. શી બિચારા પર આફત ! શી તેની સ્ત્રી પર આફત !

તેની સ્ત્રી બિચારી પોતાના જેવડી જ હશે અને અત્યારે એકાંત અવંતીમાં પતિવિયોગે ઝૂરી મરતી હશે. તેણે તો બિચારીએ ત્યાગવૃત્તિ નહિ જ કેળવી હોય. તેને જગત મિથ્યા છે એવો ભાગ્યે જ ખ્યાલ હશે. પોતે પરણે અને સત્યાશ્રય દૂર દેશમાં કારાગૃહ સેવે તો પોતાને શું થાય ?

આવા વિચારો ક્યાંય સુધી તેના મનમાં ઘોળાયા કર્યા. બિચારી કાવ્યસેવી, કોમલહૃદયી ઉદયામતીના દુઃખે તેના સંયમી હૃદયને પણ દુઃખી બનાવ્યું. અને તેમાં ઉદયનો પતિ કેવો સુંદર, વિદ્વાન હતો ! આવા પતિ પાછળ કોણ દુઃખી ન થાય ? પોતાની વાત તો જુદી હતી; પણ બીજાની શી સ્થિતિ ? આવા વિચારો કરતાં તેની આંખ મીંચાઈ પણ નહિ. આખરે તેણે બારી ઉઘાડી બહાર ડોકિયું કર્યું.

રાત શાંત હતી – ચાંદની વાડીમાં પ્રસરી હતી. જે તરફ રસનિધિ હતો તે તરફ તેની જાણતાં-અજાણતાં નજર થઈ ગઈ અને રસનિધિને તેના મિત્ર ધનંજય જોડે ફરતાં-ફરતાં વાત કરતાં જોયો. એકાગ્રતાથી તે જોઈ રહી – એ કવિવરો શી રીતે શી વાત કરતા હશે તેની કલ્પના કર્યા કરી. એકદમ તે ઊભી હતી તેની નીચેનું બારણું ઊઘડ્યું. અને એક સ્ત્રી બહાર આવી. વિલાસ વિસ્મિત થઈ – અને પછી ખંચાઈ ઊભી રહી.

તેણે લક્ષ્મીદેવીને તરત ઓળખી. તેને સંબોધન કરવા 'બા' શબ્દ તેની જીભે આવી ઊભો, પણ તેને માતાનો ધાક લાગ્યો એટલે મૂંગી રહી. લક્ષ્મીદેવી કવિરાજોને સૂઈ જવાની વિનંતી કરવા જતી હતી એમ સ્પષ્ટ લાગ્યું. તેણે ધીમેથી બારી બંધ કરી, ફરીથી ઊંઘ આણવાનો પ્રયત્ન કરવા માંડ્યો.

લક્ષ્મીદેવી હોઠ પર હોઠ દબાવી ઊભી રહી. મહાસામંતને તૈલપરાજે બોલાવ્યા હતા એટલે તેની વાટ જોતાં તે થાકી ગઈ હતી, બારીએથી નજર કરતાં બે કવિઓને જોઈ તે બહાર આવી.

છતાં તે માત્ર મળવા માટે આવી નહોતી. ઘડીઓની ઘડી સુધી તસુ ચઢાવી તેણે કંઈ વિચાર કર્યો હતો; અને તે એક દૃઢ નિશ્ચય પર આવી હતી. તે નિશ્ચય પૂરો પાડવાં તે અત્યારે બહાર આવી હતી.

વર્ષો થયાં જુદી-જુદી લાગણીઓ અત્યારે એક કેંદ્રસ્થાને ભેગી મળી હતી; જુદા-જુદા વિચારોની માળ ગૂંથાઈ તે વડે એક જપ ચાલ્યા કરતો હતો. ધીમાં નિશ્ચયાત્મક ડગ ભરતી સ્પૂનરાજની પટરાણી રણે ચઢી.

તે થોડેક આગળ આવી, અને ઊભી રહી. રસનિધિ ને ધનંજય કોઈનાં પગલાં સાંભળી ચમક્યા ને મૂંગા રહી ઊંચું જોયું.

'કવિરાજો!' ધીમેથી લક્ષ્મીએ કહ્યું.

બંને કવિઓ એકમેકની સામે જોઈ રહ્યા.

'શું કહો છો, બા ?' ધનંજયે કહ્યું.

'કેમ હજી સૂઈ નથી ગયા ?' ચારે તરફ જોઈ લક્ષ્મીદેવીએ પૂછ્યું.

'સ્થાન અપરિચિત છે – તે ક્યાંથી ઊંઘ આવે ?' રસનિધિએ કહ્યું.

'કવિવરો ! મુંજરાજને મારવાનો હુકમ થઈ ગયો છે.' ધીમેથી લક્ષ્મીએ કહ્યું.

'હેં !' બંને બોલી ઊઠ્યા.

'હા.'

બંને કવિઓએ નિસાસો મૂક્યો. રસનિધિએ તબિયત વાળી હોઠ કરડ્યા. ધનંજયે ડોકું નીચું નાખ્યું.

'કેમ ધનંજય ! શો વિચાર કરો છો ?'

'બા ! અમારો સૂર્ય અસ્ત થઈ ગયો.'

'હજુ વાર છે.'

કોઈ બોલ્યું નહિ.

લક્ષ્મીદેવી પાસે આવ્યાં અને ન સંભળાય તેમ કહ્યું : 'એને છોડાવી લઈ જવાની છે હિંમત ?'

ધનંજય ગભરાઈ પાછો હઠ્યો, પણ રસનિધિએ તીક્ષ્ણતાથી ઊંચું જોયું અને એક પલમાં લક્ષ્મીદેવીના મનના વિચારો પારખ્યા. પણ તે ખોટું હસી : 'હું તો મશ્કરી કરું છું.'

'બા !' રસનિધિએ કહ્યું, 'તમને મશ્કરી લાગે છે; પણ અમારા તો અંતરની એ અભિલાષા છે, શું કરીએ ? દેશ પારકો છે, માણસો પારકાં છે. અકળામણ કોને મોઢે કાઢીએ ? અમે તો કેદીઓ.'

'તમે ક્યાં કેદમાં છો ?'

'અમે નથી; પણ અમારો શ્વાસ ને પ્રાણ – મયૂરાસના ભગવતી સરસ્વતીનો લાડકવાયો અમારો રાજા – આવી દુર્દશાએ પહોંચ્યો છે. પછી શું દુ:ખ ઓછું છે ?'

'એ તો આજે લાગે છે – કાલે વીસરી જશો.'

'બા ! કારાગૃહના કાળા ડામ કદીય વિસરાયા છે ? ને તેનાં કલંક કદીય દૂર થયાં છે ?'

લક્ષ્મીદેવીનું મુખ ઝાંખું થયું. રસનિધિએ આગળ ચલાવ્યું : 'તમે સ્વતંત્ર છો – સુખી છો.' દરેક શબ્દ પર ભાર મૂકતાં તેણે કહ્યું.

'કેમ જાણ્યું ?' કડવાશથી રાણીએ પૂછ્યું.

'તમે તૈલપરાજનાં રાણીનાં બહેન છો – તેના મહાસામંતનાં પત્ની છો. તમે ક્યાં પરાધીનતા સહી છે, કારાગૃહો સેવ્યાં છે કે તમને અમારા પ્રભુની દયા આવે ? શું કરીએ, પરદેશમાં કોઈની સહાય નથી; નહિ તો –' કહી રસનિધિ અટક્યો.

'શું કરો ?'

'તમે કહ્યું તે : મુંજરાજને છોડાવીએ.'

'રસનિધિ ! તૈલપરાજના પંજામાંથી કોઈ કદી છટકે ?'

'સહસ્ર હાથનો સહસ્રાર્જુન મહાત થયો તો પછી બે હાથના તૈલપનો શો હિસાબ ?'

'કવિરાજ !' લક્ષ્મીદેવી મશ્કરીમાં બોલવાનો પ્રયત્ન કરતાં હતાં છતાં તેમાં ગાંભીર્ય આવ્યું, 'આ કાવ્યો રચવાનું કામ નથી.'

'ના બા ! આ તો કાવ્યોનો કર્તવ્યમાં સાક્ષાત્કાર કરવાનો છે.'

'કરો જોઈએ,' મશ્કરીમાં લક્ષ્મીદેવી બોલ્યાં.

'મુશ્કેલી જ માત્ર એટલી છે કે અહીંયાંના કોઈ જણભોમિયાની મદદ નથી. તમે આપશો ?' ધીમેથી રસનિધિએ પૂછ્યું.

લક્ષ્મીદેવી રસનિધિના બોલવાનો અર્થ સમજી.

'મદદ તો ભોળાનાથ સદાય આપશે. અમારા રાજમહેલના મહાદેવની માન્યતા ઘણી છે. ત્યાં આવી મુંજ જો એક બીલીપત્ર ચઢાવે તો બીજી પળે તે આકાશમાર્ગે અવંતી જાય એવું તેમાં સત છે.'

રસનિધિ આ શબ્દોનો અર્થ સમજવા જરા વાર નીચું જોઈ ઊભો રહ્યો, ને પછી કહ્યું : 'બસ એટલું જ ને ? તમારી ખાતરી છે ?'

'હા. પણ ત્યાં આવવો જોઈએ.'

'તે તો કેમ બને ? ત્રિશૂલધારી ભગવાન કોદાળી-પાવડા મોકલે તો તો કંઈ બને.'

'રસનિધિ ! તમારી કલ્પનાશક્તિ જબરી છે.'

'ત્યાર વગર હું કવિ થયો ? બા ! શંકરને મનાવવાનો રસ્તો બતાવો.'

'શ્રદ્ધા રાખો..'

'બા, અમારે મન તો સ્યૂનાધિપનાં પટરાણી જ સાક્ષાત્ શ્રદ્ધાનો અવતાર છે.'

'એ શ્રદ્ધા સદાય ફળશે,' ધનંજય વચ્ચે બોલ્યો.

'રસનિધિ, વજ્ર જેવું હૈયું છે ?' ભમર ચઢાવી લક્ષ્મીએ પૂછ્યું.

'હા.'

'આમ આવો.'

શબ્દો બોલ્યા વિના લક્ષ્મી અને રસનિધિ એકમેકનો અર્થ સમજ્યાં; અને આગળ તે ને પાછળ કવિઓ એમ ત્રણ જણ મહેલની એક ઓતરાદી બાજુ તરફ છાનાંમાનાં ચાલ્યાં.

મહેલનો એક ભાગ પડતર થવા આવ્યો હતો. તેનું બાંધકામ ચાલતું હતું તે તરફ લક્ષ્મી ગઈ. થોડે દૂર એક ઝાડ નીચે કોદાળી, પાવડા, ટોપલા વગેરે બાંધકામનાં સાધનો પડ્યાં હતાં. લક્ષ્મીએ આંગળી વતી તે દેખાડ્યાં, ને રસનિધિએ હા કહી.

ત્યાંથી મૂંગે મોઢે લક્ષ્મી થોડે દૂર ઝાડોનાં ઝુંડોમાં થઈ એક વાવ હતી તે તરફ કવિઓને લઈ ગઈ.

'આ વાવનું ભોંયરું રાજમહેલની નીચે નીકળે છે.' લક્ષ્મીએ ધીમેથી રસનિધિના કાનમાં કહ્યું, 'અને જે ખંડમાં એ ભોંયરું નીકળે છે ત્યાંથી ત્રીશ હાથ દૂર બીજા ભોંયરામાં –'

'મું –'

લક્ષ્મીએ હોઠ પર આંગળી રાખી તેને ચૂપ રાખ્યો અને ત્રણે જણ જેમ ગયાં હતાં તેમ અંધારામાં લપાતાં પાછાં આવ્યાં. જ્યાં તેઓ ઊભાં હતાં ત્યાં આવી ત્રણેયે નિરાંતના નિસાસા મૂક્યા.

'આ પેલું અમારા રાજમહેલનું શિવાલય. એ મહાદેવ માટે શું કહેવાય તે ખબર છે?'

'ના.'

'કે રોજ રાતે શહેર બહાર ભુવનેશ્વર મહાદેવના મંદિરમાં તે ભૈરવને મળવા જાય છે.'

'કેવી રીતે?'

'એનો પોઠિયો છે તે જબરો છે. મંદિરમાંથી અલોપ થઈ પાતાલમાર્ગે ભુવનેશ્વરના મંદિરમાં નીકળે.'

'એમ?'

'હા, ભગવાન રીઝવા જોઈએ.'

'બા, એ ભગવાન રીઝશે,' હોંસભર્યા અવાજે રસનિધિએ કહ્યું.

'હવે ભોળાનાથની વાત પૂરી થઈ. મહારાજ હવે આવતા હશે. હું જાઉં છું.'

'પધારો બા !' સાભાર અવાજે રસનિધિએ કહ્યું, 'આજે અમારાં કુલદેવી તમે છો.'

'તમારાં કુલદેવી ?'

'ભૂલ્યો,' જીભ કરડી રસનિધિએ કહ્યું, 'અવંતીનાથનાં.'

'હું મારા સ્યૂનરાજની થાઉં તો બસ છે.'

૧૪

કાષ્ઠપિંજર

આજે રાતે મૃણાલવતીને ઊંઘ આવી નહિ. આ અપરિચિત અનુભવ હતો કારણ કે, તે સદાયે નિરાંતે ઊંઘતી. તેણે ઊંઘ આણવા મથામણ કરી પણ કંઈ પત્તો લાગ્યો નહિ. તેણે ધ્યાન કરવા પ્રયત્નો કર્યા પણ તે રુચ્યું નહિ. મુંજના પાપપુણ્યનું સરવૈયું કાઢવામાં જ તેના મનને અત્યારે ખરો સાર સમાયેલો લાગ્યો.

ઘડીઓ પર ઘડીઓ વીતવા લાગી, પણ આંખો મીંચાઈ નહિ, તેમ નજર આગળથી મુંજ ખસ્યો નહિ. પાપી મુંજને કચડી નાખી પાપનું ફળ આપવું, કે તેના પર દયા કરી તેને પુણ્યમાર્ગ દેખાડવો તે, કંઈ સમજાયું નહિ. પલમાં તેને દુ:ખી કરી રિબાવી તેના પાપનું પ્રાયશ્ચિત્ત કરાવરાવવાનું મન થયું; ઘડીમાં તેના આત્માનો ઉદ્ધાર કરવા, તેને નિષ્કલંક જીવનના પાઠ શીખવવાનું મન થયું; મન નિર્ણય પર ન આવ્યું અને પ્રભાત આવી પહોંચ્યું.

નિર્ણય કરવાનું તેણે મોકૂફ રાખ્યું. કાષ્ઠપિંજરમાં મુંજને પૂરવાનો હુકમ થઈ ગયો હતો એટલે આ શિક્ષાથી જો તે નમે, તેને સદ્‍બુદ્ધિ આવે તો પછી નિર્ણય કરવો સહેલ થઈ જાય એમ તેને લાગ્યું. તૈલપનો દુશ્મન કેવો દુર્બુદ્ધિ હતો તેની ખાતરી થઈ અને તેને પરિણામે તૈલપનો અને તેનો પ્રતાપ કેવો નીતિમાન અને ન્યાયી હતો તેની ખાતરી થઈ અને પોતે આદરેલી નીતિને ન્યાયથી જ તેના ભાઈનો આખરે વિજય થયો; એ ત્રણ વાત તે વધારે દૃઢતાથી માનવા લાગી.

સૂર્યોદય થતાં સ્નાનધ્યાન કરીને તે રાજમહેલની બારીએ નીકળી

અને તેને જતાં જોઈ જક્કલાદેવી ને લક્ષ્મી પણ આવી લાગ્યાં. પાપીઓને કચરાતાં જોવામાં જ સત્યનો વિજય હતો એટલે આવે પ્રસંગે રાજમહેલમાં બધાં નરનારીઓ હાજર થઈ ગયાં.

રાજમહેલના ચોકમાં પણ લોકોની ઠઠ ભરાઈ હતી. રાજમહેલની એક ભીંતની પાસે જ એક ખંડ જેવું મોટું લાકડાનું પાંજરું ઊભું કરવામાં આવ્યું હતું.

અવારનવાર કંઈક નરેશો તૈલપરાજના બાહુના પ્રાબલ્યથી નિરાધાર બની આ પિંજરામાં પોતાના પાપનો પશ્ચાત્તાપ કરવા આવતા હતા.

જાહેરમાં, તિરસ્કારથી હસતા પ્રજાજનો સમક્ષ આખો દિવસ ગાળવો એ ગમે તેનો ગર્વ ગાળે એવો અનુભવ થઈ પડતો. જેણે સામાન્ય જનનો સંસર્ગ કદી કર્યો નહિ હોય તેની આસપાસ દરેક પ્રકારના લોકો આવતા, તેની મજાકો કરતા, કોઈક વખત થૂંકતા, કોઈક વખત ઢેફાં ફેંકતા, અનેક કટુ વચને તેની સ્થિતિનું ભાન કરાવતા; જેઓ સિંહાસન કે અંબાડી સિવાય, છત્ર ને ચામરના આડંબર વિના કદી બેઠા ન હોય તેઓ નિરાધાર બની ઊભા રહેતા, થાકી, દીન બની પાંજરામાં બેસતા કે સૂતા.

આ યુક્તિ ભલભલાનાં માનભંગ કરતી, ઇંદ્ર જેવાનો ઓપ ઝાંખવાતો, કર્ણ જેવા દાનેશ્વરીઓ દીન બની મરણની યાચના કરતા. અધમતાના આવા અનુભવે દરેક જણ જીભ કરડી કે માથું પટકી મરણની શાંતિ મેળવવા પ્રયત્ન કરતો; અને આવે દરેક નિષ્ફળ પ્રયત્ને લોકો હસતા, કેદી લાચાર બનતો અને તૈલપરાજની કીર્તિ દશે દિશામાં પ્રસરતી.

મૃણાલની વિવેકબુદ્ધિ જડ નહોતી બની; આ પાંજરામાં મુંજનો ગર્વ ગળે તેથી જ સત્યનો જય થશે એમ તેની ખાતરી થઈ.

લોકોની પણ ઠઠ થઈ અને મહામુશ્કેલીએ સૈનિકો લોકોને પાંજરાથી દૂર રાખી શક્યા.

બધા એકીનજરે જોઈ રહ્યા. મૃણાલના સ્વસ્થ હૃદયમાં અધીરાઈના – માત્ર અધીરાઈના જ – ધબકારા થવા લાગ્યા; અને મહેલના બારણામાંથી ચાર સૈનિકો મુંજને પીઠ પાછળ હાથ બાંધી પાંજરામાં લાવ્યા.

તેના મુખ પર તેવી જ શાંતિ ને ગૌરવ, તેની આંખમાં તે જ હાસ્ય, તેના પ્રચંડ શરીર પર તેવી જ સ્વસ્થતા હતાં. હોંસથી હાથીએ ચઢતો હોય તેમ તે પાંજરામાં કૂદીને આવ્યો અને જરાક હસીને ચારે તરફ જોયું.

તે આવ્યો ત્યારે લોકોએ જરાક ઠીઠિયારી શરૂ કરી હતી, પણ તેનું સ્વરૂપ, તેનું હાસ્ય જોઈ બધા ચૂપ થવા લાગ્યા. તેને પકડી આવેલા એક સૈનિકથી ન રહેવાયું :

'કેમ પૃથિવીવલ્લભ ! ખુશીમાં તો ખરા ?'

મુંજ તેના તરફ ફર્યો, આનંદથી હસ્યો, ને સ્તંભ સરખો પગ ઊંચકી, તેને એક એવી લાત મારી કે ઠેસ મારતાં જેમ રોડું જઈને દૂર પડે તેમ તે બિચારો હવામાં અધ્ધર ઊડી, સૈનિકોએ પોતાને જવા સારુ ઉઘાડા રાખેલા બારણામાં થઈ બહાર લોકો હતા ત્યાં પડ્યો.

સાથે મુંજે મોટેથી કહ્યું : 'ભાઈ તમ દેખે વિશેષ.'

લોકો ખડખડાટ હસી પડ્યા, તાળી પાડવા લાગ્યા ને રસ્તામાં નિરાધાર થઈ પડેલા સૈનિકની મશ્કરી કરવા લાગ્યા. અટારી પર ઊભેલી મહેલની સ્ત્રીઓનું પણ હસવું માયું નહિ. બીજા સૈનિકો પાંજરામાંથી ઉતાવળા બહાર નીકળ્યા ને બારણું વાસી દીધું.

પેલા સૈનિકને બીજાઓએ મહામહેનતે ઊભો કર્યો. તેની વેદનાની બૂમે લોકો હસતા, ને મુંજ પણ હસતો. તેને ઊભો કર્યો ત્યારે પાંજરામાંથી મુંજે પૂછ્યું : 'ભાઈ ! તું તો ખુશીમાં ખરો ?'

લોકો ખડખડ હસી પડ્યા. બધા મુંજ પરનો દ્વેષ ભૂલી ગયા. તેણે કરેલી ગમ્મતથી ખુશ થયા.

આ ગમ્મતથી હસતો મુંજ ચારે તરફ આનંદથી જોઈ રહ્યો. તેણે અટારી પર નજર નાખી, મૃણાલવતી તરફ જોયું અને માથું નમાવી નમસ્કાર કર્યા – જક્કલા જરાક હસી, પણ લક્ષ્મી ખડખડાટ હસી પડી. માત્ર મૃણાલે પહોંચા કરડી જોયા કર્યું. આ પાપીમાં ખિન્નતા નહોતી. તેનું ગૌરવ અભંગ હતું. તેની સ્વસ્થતા નિશ્ચલ હતી. શું આ માણસ ધૂળ ચાટતો ન થાય ?

મુંજે તેના પાંજરાની આસપાસ ઊભેલા લોકો તરફ જોયું.

'તમે આ શું કરો છો ? તમને શરમ નથી આવતી ? તમારો રાજા આજે

અવંતીપતિને પકડી લાવ્યો છે ને તમે આવા સાદા વસ્ત્રમાં ? ને આમ મૂઢ જેવા ? જાઓ, જાઓ,' મજાકમાં હસતા મુંજે કહ્યું : 'જરા ફાંકડા થઈ આવો ! તૈલંગણની સુંદરીઓ ક્યાં છે ? સ્ત્રીઓ વગર વિજયઉત્સવ થાય ? રંગ, રાગ, બધી સામગ્રીઓ જોઈએ.'

ત્યાં ઊભેલા લોકો હસ્યા. મુંજે એક નાની છોકરીને બોલાવી :

'આમ આવ, તને ગાતાં આવડે છે ?'

'ગાતાં ?'

'ગાંડી ! અવંતીમાં તારા જેવડી છોકરીઓ હોય તે અત્યારે ગાય, બજાવે ને નાચે. તને નાચતાં આવડે છે ?'

'ના.'

'હત્ તારી.'

'ગાતાં આવડે છે ?'

'ના.'

'કેવા માણસો છો ? બિચારો તૈલપ જીતીને આવ્યો ને તમે તેને ગીતે વધાવતાંયે નથી. ચાલ હું શીખવું. તને સંસ્કૃત આવડે છે ?'

'ના.'

'ઠીક જો, શીખવું – તારી તૈલંગણી મને બરાબર આવડે છે કે નહિ તે જોજે –

તૈલપ તણી નગરી સદા રસગાનતાનવિહીન છે –'

'બોલ જોઉં. આવડ્યું ?' નીચા વળી હેતાળ અવાજે મુંજે પૂછ્યું. બાળા બિચારી શરમાઈ નીચું જોઈ રહી. લોકો હસતે મોઢે જોઈ રહ્યા.

'બોલ, બોલ, ગભરાય છે શું ? જો, હું ગાવા લાગું.'

છોકરીએ ઊંચું જોયું અને આવો સ્નેહાળ અવાજ, આવું પ્રતાપી મુખ, આવી શ્રદ્ધા-આકર્ષી નજર જોઈ તેનો ગભરાટ અદૃષ્ટ થયો, અને મુંજની સાથે તે ધીમેથી ગાવા લાગી :

'તૈલપ તણી નગરી સદા –'

'શાબાશ !' મુંજે, 'ચલાવ – ચલાવ –

– રસગાનતાવિહીન છે.'

છોકરી બોલી, લોકો પણ ધીમેથી બોલ્યા. મુંજે અવાજ મોટો કાઢી બીજી ટૂંક ઉમેરી :

'તે પૃથિવી કેરા નાથના પદસ્પર્શથી રાચી રહે.'

મુંજના સંસ્કારી, બુલંદ અવાજના પડઘા શમ્યા. લોકોનાં હૃદયમાં ગભરાટ પેઠો અને તેમનાં ભયભર્યાંનયનો અટારીમાં બેઠેલી મૃણાલવતી તરફ ફર્યાં.

મુંજે મશ્કરીમાં પૂછ્યું : 'મૃણાલબાથી ગભરાઓ છો ? ગભરાશો નહિ. તેમણે પણ એ વાત કબૂલ કરી છે.' મૃણાલ સાંભળે એમ મુંજે કહ્યું. મુંજનો મીઠો, હસતો અવાજ બધે પ્રસરી રહ્યો, મૃણાલના ગુસ્સાનો પાર રહ્યો નહિ. તેની આંખમાં વીજળી ચમકી, અને રખે તેની અસ્વસ્થતા કોઈ જોઈ જાય એવા ડરે તે એકદમ ત્યાંથી ચાલી ગઈ.

અટારીમાં ભંગાણ પડ્યું. જક્કલાદેવી પણ ત્યાંથી ચાલ્યાં ગયાં. થોડી દાસીઓ પણ ગઈ. માત્ર લક્ષ્મી પ્રફુલ્લ હૃદયે જોઈ રહી.

મુંજ પેલી છોકરી તરફ ફર્યો : 'ચાલ બહેન, પૂરું કર તો –

'તૈલપ તણી નગરી સદા રસગાનતાનવિહીન છે.

તે પૃથિવી કેરા નાથના પદસ્પર્શથી રાચી રહે.'

'બોલો, બોલો.'

કેટલાકો બીતાં-બીતાં બોલ્યા.

એટલામાં રાજમહેલમાંથી પચીસ-ત્રીસ સૈનિકો આયુધ લઈ આવ્યા ને લોકોને વીખેરવા તેમના પર તૂટી પડ્યા.

લોકો જીવ લઈ નાસી ગયા. મુંજે પાંજરામાં ઊભા-ઊભા હસ્યા કર્યું. સામે અટારી પર લક્ષ્મીએ તે હાસ્યનું પ્રતિબિંબ પાડ્યું.

૧૫

માધવનો સંયમ

બીજે દિવસે સવારે રસનિધિ સ્નાનસંધ્યા કરી શિવને બીલી ચઢાવવાને મિષે જે મહાદેવના પ્રતાપની વાત લક્ષ્મીદેવીએ કરી હતી તેનું દર્શન કરવા ગયો.

શિવાલયમાં વિલાસને ધ્યાન ધરતી જોઈને રસનિધિ થોડી વાર ઊભો રહ્યો અને તે કોમળ લાવણ્યવતી બાલિકાને અરસિક વૃદ્ધોને શોભે એવા પદ્માસનને પણ મોહક બનાવતી જોઈ. એક પળવાર તેનાં બીડેલાં નેત્રોનો રૂપાળો ઘાટ, અંગરેખા, અસ્પષ્ટ છતાં અપૂર્વ મરોડ તે કવિની દૃષ્ટિએ જોઈ રહ્યો અને તે જોતાં-જોતાં તેનું હૃદય તે વૈરાગ્યની જ્વલંત આંચે ચીમળાઈ રહેલી વેલને રસ સીંચી બચાવવા તલસી રહ્યું.

પોઠિયો ક્યાં હતો તે તેણે નજરમાં ઘાલ્યું, અને પાસે જઈ શંકર પર બીલી ચઢાવી અને બારણા આગળ જઈ વિલાસ ધ્યાનમાંથી પરવારે તેની વાટ જોતો ઊભો.

થોડી વારે કોઈ આવ્યું. રસનિધિ પાછો ફર્યો અને સત્યાશ્રયને આવતો જોઈ જાણે બીલી ચઢાવી પાછો જતો હોય તેવો ડોળ ઘાલી મંદિરનાં પગથિયાં ઊતરવા લાગ્યો.

'કોણ છે ?' સખ્તાઈથી, ભવાં ચઢાવી સત્યાશ્રય બોલ્યો.

'હું અવંતીનાથનો કવિ છું.'

'મહાસામંત છોડાવી લાવ્યા તેમાંનો ?'

તિરસ્કારપૂર્ણ સવાલથી રસનિધિએ પણ સ્થિર દૃષ્ટિએ જોયા કર્યું:

'હા.'

'અહીંયાં કેમ આવ્યો છે ?'

'શંકરનાં દર્શન કરવા,' તોછડાઈથી રસનિધિએ કહ્યું.

'તમારે માટે ગામમાં શિવાલયો ઘણાં છે. આમાં કોઈને જવાનો હુકમ નથી.'

'શંકરભુવન સદાયે સઘળાંને જ માટે હોય છે. અમારે ત્યાં તો એવો નિયમ છે, અહીંયાં કેવો છે તેની મને ખબર નથી.'

સત્તાપૂર્ણ ઉચ્ચારણથી સત્યાશ્રયે જોયું, અને આવા નજીવા માણસ જોડે જીભાજોડી ન કરવા માત્ર આટલું જ કહ્યું: 'ઠીક ! હવે ખબર પડી ને ?'

રસનિધિ જવાબ આપે તે પહેલાં સત્યાશ્રય ત્યાંથી ચાલ્યો ગયો. કવિએ થોડી વાર હોઠ દાબી જોયા કર્યું. સરસ્વતીના ભક્તને ન છાજે એવો ગુસ્સો તેના હૃદયમાં ભરાઈ આવ્યો હતો.

તે મંદિરની પાછળ જઈને ઊભો અને થોડી વારે સત્યાશ્રય બહાર નીકળી રાજમહેલમાં ગયો એટલે તે પાછો મંદિરમાં આવ્યો. વિલાસ મહાદેવજીની પૂજા કરતી હતી.

'કેમ વિલાસવતીબા !' રસનિધિએ પૂછ્યું, 'શું કરો છો ?'

'હમણાં જ ધ્યાન કરી રહી.'

'ભલું તમને આવી રમણીય સવારે અહીંયાં કેદ થઈ રહેવું ગમે છે !'

'મને એમાં કેદ લાગતી જ નથી. ધ્યાન ધર્યા વિના ચિત્તવૃત્તિનો નિરોધ કેમ થાય ?'

'નિરોધ શા માટે કરવો જોઈએ તેની જ મને તો સમજ પડતી નથી.'

'જુઓ ની, ઉદયામતી નથી તેથી તમને કેટલું શોષવું પડે છે ? નિરોધ હોય તો એવું ન સહેવું પડે.'

રસનિધિ હસ્યો : 'તમને ઉદયામતી યાદ રહી ગઈ લાગે છે.'

'હા, આખી રાત તેનાં અને પેલું નાટક કહ્યું હતું તેનાં સ્વપ્નાં આવ્યાં કર્યાં.'

'આ તમારો નિરોધ કે ?'

'મારામાં જરાક કલંક પેઠું છે ખરું,' વિલાસે હસીને કબૂલ કર્યું, 'પણ હું તો હજી કાચી છું.'

'ભોળાનાથ કરે ને તમે પાકાં ન થાઓ.'

વિલાસવતીએ મૂંગે મોઢે શંકર પર ફૂલ ચઢાવ્યાં અને પગે લાગી તે બેઠી.

'હવે ક્યાં જશો ?'

'મૃણાલબાને પ્રણામ કરી આવું.'

'મૃણાલબા તો પૃથિવીવલ્લભને પાંજરામાં પૂરવાના છે તે જોવા ગયાં છે.'

'ત્યારે શું કરું ? પેલું તમારું નાટક કહો જોઈએ. તમારે ક્યાંય જવું છે ?'

'ના,' રસનિધિએ કહ્યું, 'એ નાટક સાંભળી શું કરશો ? તેમાં શુષ્ક વૈરાગ્ય નથી, સંયમ નથી, ચિત્તવૃત્તિનો નિરોધ નથી. તેમાં તો બે નિર્દોષ, નિખાલસ, હૃદયનાં હેતાળ બાળકોની કથા છે. તે એકબીજાને પ્રાણથી પણ અધિક માનતાં. એકબીજાને જોવામાં જ મુક્તિની સિદ્ધિ માનતાં. તેમને હૃદયે ત્યાગની અંધારી નહોતી, તેમની ઊર્મિઓ પર ઉપવાસનો અંકુશ નહોતો. તમે તેમની કથા સાંભળી શું કરશો ?'

'મારી બાએ સાંભળી તો હું શા સારુ ન સાંભળું ?'

રસનિધિ રસભરી દૃષ્ટિથી વિલાસ તરફ જોઈ રહ્યો. 'સાંભળો ત્યારે. વિદર્ભરાજના અમાત્ય દેવરાતનો પુત્ર માધવ પદ્માવતીમાં અભ્યાસ કરવા આવ્યો. ત્યાં અચાનક તેણે મદનોદ્યાનમાં અમાત્ય ભૂરિવસુની પુત્રી માલતીને જોઈ અને તે પ્રેમઘેલો થઈ ગયો.'

'પ્રેમઘેલો !'

'હા, તમારી ભાષામાં કહીએ તો એક પળમાં તેણે સંયમ અનુભવ્યો.'

'તે કેમ ?'

'તેણે માલતી પર ચિત્ત ઠેરવી ધારણા કરી; તેની સાથે એકતાનતા સાધી ધ્યાન કર્યું; અને તેને જ જોઈ રહી પોતાનું સ્વરૂપ તે વીસરી ગયો – એ જ સમાધિ – त्रयमेकत्र संयमः[૧]'

---

૧. પાતંજલ યોગદર્શન.

વિલાસના હસવાનો પાર રહ્યો નહિ, 'વાહ રે એનો સંયમ !'

'તમને તે માટે આટલાં વર્ષો જોઈએ તે તેણે એક પલકમાં અનુભવ્યું.'

'પછી ?'

'પછી શું ? બિચારો માલતી વિના અધીરો બન્યો. તેણે તેના મિત્રને પોતાનું દુઃખ કહેવા માંડ્યું –'

'શું ?'

'– કે તે હતી ત્યારે જે હૃદય વિસ્મયતાથી સ્તબ્ધ થયું, ભાવશૂન્ય બન્યું, અમૃતમાં નાહ્યું હોય તેમ આનંદથી બની રહ્યું તે તેના વિના અંગારનો સ્પર્શ થયો હોય તેમ બળ્યું-બળ્યું થઈ ગયું.'[1]

'અરે બિચારો !'

'એટલે શું થયું ? ન મપાય એવો, ન વર્ણવાય એવો, જન્મારામાં ન અનુભવાયેલો એવો, વિવેકના વિનાશથી વધતા મોહને લીધે ગહન એવો વિકાર તેને સંતાપવા લાગ્યો, જડ કરવા લાગ્યો. બિચારો ભ્રમિત થઈ ગયો. આંખમાં આંસુ લાવી મિત્ર મકરંદને કહેવા લાગ્યો : 'મિત્ર, પડી વસ્તુ પરખાતી નથી; સરોવરના શીતળ જળમાં, મીઠી ચંદ્રિકામાં પણ તાપ શમતો નથી. ભાઈ ! મન કંઈ ચોંટતું નથી – ભમે છે – કંઈ કંઈ દેખે છે.'[2] રસનિધિ માત્ર વાત નહોતો કહેતો, ભાવો અનુભવતો હતો. તે વિલાસ, શિવાલય, માન્યખેટ વીસરી ગયો; તેની આંખોમાં કંઈ જુદું જ તેજ આવ્યું. ધીમેથી તે હૃદયના ઉદ્‌ગારો ભવભૂતિના શબ્દોમાં કાઢવા લાગ્યો.

'દુનિયામાં ચંદ્રકળા છે – ઘણીયે વસ્તુ વિજ્યી છે; પ્રકૃતિથી મધુર બની મનને આનંદ આપે છે. પણ જ્યારે મારી વિલોચન ચંદ્રિકા મારી નજરે ચડી ત્યારે જ મારા જીવનનો મહોત્સવ થયો.' આવો મહોત્સવ કરનારીને કોણ વીસરે ? માધવનો કંઈ વાંક હતો ? તે તો માલતીને અહીંતહીં, અગાડીપછાડી, બહાર અને અંદર દશે દિશામાં જોવા લાગ્યો.'[3]

રસનિધિ અટક્યો. તેણે ઊંડો શ્વાસ લીધો. બોલતાં તેનું હૃદય પીગળી ગયું હતું. નિસાસો નાંખી તેણે કહ્યું : 'જેણે આ ન જ અનુભવ્યું હોય તે પ્રેમસમાધિમાં શું સમજે ?'

૧-૨-૩ માલતી-માધવ.

વિલાસ તો આ શબ્દોથી, આ ભાવથી દિઙ્મૂઢ બની જોઈ જ રહી. તેની આંખમાં આંસુ ભરાઈ આવ્યાં.

'વિલાસવતી ! આ નાટકનો પહેલો અંક.' રસનિધિએ પણ ધોતિયાના છેડા વતી આંખ લૂછી.

'કવિરાજ ! તમને પણ આંખમાં આંસુ આવ્યાં ?'

'ન આવે ? અત્યારે હું પણ માધવની જ સ્થિતિ ભોગવું છું. ક્યાં હું ને ક્યાં મારી ઉદયામતી ?'

થોડી વાર એ બંને જણ મૂંગાં મૂંગાં ઊભાં રહ્યાં.

'બાકીનું નાટક હવે પછી કહેજો,' વિલાસે આશ્વાસન આપતાં ધીમા, હેતાળ અવાજે કહ્યું.

'જેવી ઇચ્છા,' કહી રસનિધિએ ફરીથી નિસાસો મૂક્યો.

હેતભર્યા હૈયાએ ભીની કરેલી આંખો સહિત વિલાસ જોઈ રહી.

'ચાલો ત્યારે રજા,' થોડી વારે રસનિધિએ કહ્યું.

'હા,' કહી બંને મૂંગાં મૂંગાં છૂટાં પડ્યાં.

૧૯

ફરી એક પ્રયત્ન

મૃણાલવતીનો ગુસ્સો સંયમની મર્યાદા મૂકી આગળ વધ્યો. જપ, તપ, ધ્યાન કે પારાયણે તે શમ્યો નહિ. પૃથિવીવલ્લભનું વિજયી હાસ્ય મન આગળ રમી રહ્યું – પોતાની સત્તા બધા પર બેસાડતું ગયું. શાંત, સપાટ ને શુષ્ક રણ પર મહેરામણનાં મોજાં ફરી વળવા માંડ્યાં.

તે અધમતાનો સ્વાદ ચખાડવા ગઈ – પણ પોતે ચાખીને પાછી પડી. મનમાં શંકા થઈ: વિજેતા કોણ – પોતે કે પૃથિવીવલ્લભ ? આ ઉપનામથી તે કદી મુંજ વિશે વાત કરતી નહિ. છતાં કોણ જાણે કેમ એ નામ તેનું જ હોય એવો ભાસ તેને થવા લાગ્યો. એ ભાસ જેમ થવા લાગ્યો, તેમ અકળામણ વધવા લાગી.

મનમાં અસ્પષ્ટ રીતે ખ્યાલ ખડો થવા લાગ્યો કે આ પુરુષ અદ્ભુત અને અપ્રતિમ હતો. બુદ્ધિની મદદથી આ ખ્યાલને તેણે દબાવી દીધો – ભ્રમ લેખી દૂર કરવા પ્રયત્ન આદર્યો. એમાં શું હતું ? તે હતો, માત્ર માણસ જેવો માણસ જ. આ વિચાર તેણે હજાર વાર મોટેથી ઉચ્ચાર્યો, છતાં અંતરમાં ગેબી અવાજથી પ્રશ્નનો પડઘો પડ્યો: 'શું માણસ જેવો જ માણસ ?'

બપોર પડ્યો. સૂર્યનારાયણના પ્રતાપથી ડરી પૌરજનો ઘરમાં ભરાઈ બેઠા; રસ્તાઓ શૂન્ય થઈ રહ્યા; નગર પર નિર્જનતાના જેવી શાંતિ પ્રસરી ગઈ. પોતાના એકાદ ખંડની નિર્જનતામાં પણ વિચિત્ર વિચારોએ કરેલી ગીચ વસ્તીમાં તે ગૂંચવાઈ, અકળાઈ બેઠી.

તેનું પ્રભાવશાળી મગજ આ નવી અકળામણને શમાવવા અને મુંજને નમાવવા નવા-નવા પ્રયોગો શોધવા મંડ્યું. શોધ ઘણી કરી, જડ્યો નહિ.

તેણે બારી ઉઘાડી. રસ્તો નિર્જન હતો અને ગરમ પવન વાતો હતો. મહામહેનતે કેળવેલી નિર્દ્વન્દ્વતાને પરિણામે આ તાપનો તેને હિસાબ નહોતો. છતાં જંગલમાં, દાવાનળ ભભૂકતાં પહેલાં જેમ પાતરાંઓમાં પડ્યો-પડ્યો ધુમાય તેમ, કંઈ અંતરમાં થતું; અને તેનો તાપ આછો, અસ્પષ્ટ તેના હૈયાને શેકવાની શરૂઆત કરી રહ્યો હતો.

થોડે દૂર એક અગાશીમાં એક સ્ત્રી લૂગડાં સૂકવતી હતી. તાપના પ્રતાપે નિરાધાર બનેલું શહેર સ્મશાન સમું શાંત હતું. તે શાંતિમાં પેલી સ્ત્રી ગાતી હતી તે સાંભળ્યું :

'તૈલપ તણી નગરી સદા રસગાન –'

મૃણાલની આંખમાંથી અંગાર વર્ષ્યા. તે ક્રોધની ભભૂકતી જ્વાળા શમાવતાં ધ્રૂજી ઊઠી. તીરંદાજ સૈનિકને બોલાવી પેલી સ્ત્રીને વીંધી નાખવાનો હુકમ કરવાનું મન થયું, પણ એ કૃત્ય કેવું મૂર્ખાઈ ભરેલું દેખાય તે વિચાર આવતાં તેણે મનને રોક્યું. આ બધી અશાંતિનું મૂળ કારણ તો મુંજ હતો. આ નિર્જીવ પ્રજા પર શા માટે તેનો કાળ કાઢવો ?

તેણે ગુસ્સો રોકી પાછો વિચાર કરવા માંડ્યો : શી રીતે મુંજ મહાત થાય ? કાષ્ઠપિંજર તો મુંજની મહત્તા સ્થાપનારું સિંહાસન બન્યું હતું. તૈલંગણની પ્રજા તેના શબ્દોનો ઉચ્ચાર કરતાં પોતાનાં ફરમાનોનું પણ ઉલ્લંઘન કરી રહી હતી. શો રસ્તો ?

તે બીજા છજામાં ગઈ. ત્યાંથી કાષ્ઠપિંજર દેખાતું હતું. તેના હુકમથી સૈનિકો પાંજરાની ચારે પાસ ફરી વળ્યા હતા, અને ચોકી કરતા હતા.

આ તાપમાં, આવી સ્થિતિમાં પણ મુંજ તેવો ને તેવો ઊભો હતો અને બે-ત્રણ સૈનિકો જોડે વાત કરતો હતો. તેનું મોં હસતું હતું, તેની આંખોમાં આનંદ હતો, તેનું ગૌરવ અભંગ હતું, તેનું શરીર અણનમેલું ને પ્રભાવદર્શી તેજ પ્રસારી રહ્યું હતું.

તેની છજાની બારી ઊઘડતાં મુંજે ઊંચું જોયું. ને પ્રતાપી સૌંદર્યે અપૂર્વ દેખાતા મુખ-ધનુષ્યમાંથી એક ભયંકર હાસ્યબાણ મૃણાલ તરફ માર્યું. ગુસ્સામાં પગ ઠોકી તે છજામાંથી પાછી આવી ને જોરથી બારણું બંધ કર્યું.

'કોઈ' છે કે ?' વિકરાળ અવાજે તેણે બરાડો માર્યો.

'બા !' એક દાસી આવી.

'રણમલ્લ નાયક છે કે ?'

'બા જોઉં.'

થોડી વાર તેણે આમતેમ ફર્યાં કર્યું અને નાયક આવી પહોંચ્યો.

'રણ !' સખ્તાઈથી તેણે કહ્યું.

'બા,' નાયક હાથ જોડી, આ સખત અવાજથી ધ્રૂજતાં બોલ્યો.

'આ પ્રમાણે તારા માણસો ચોકી કરે છે ?'

'કેવી –'

તેણે જઈ છજાનું બારણું ઉઘાડ્યું ને રણમલ્લને પાંજરું બતાવ્યું.

'આ પેલા ચોકી કરે છે કે હોળી ખેલવા નીકળ્યા છે ? દરેકને કહી દે કે જો કોઈએ મુંજ જોડે વાતચીત કરી તો તેનો કાલે વધ કરવામાં આવશે.'

'જેવી આજ્ઞા,' કહી નાયક પાછો ગયો.

જેમ સાંજ પડવા લાંગી તેમ તેના હૃદયમાં પણ શાંતિ પ્રસરવા લાગી અને આ ગુસ્સો તેને નિરર્થક લાગ્યો. મુંજ પાપી હતો – તે દયાને પાત્ર વધારે લાગ્યો. આવા માણસ તરફ ગુસ્સો કરવો તે તેને ભૂલ લાગી. અધમ તરફ ક્રોધ કરવો, તેને ત્યાજ્ય તરીકે તરછોડવો એ એને પોતાની નિયમની વિરુદ્ધ લાગ્યું. મુંજ છેક તો ખરાબ ન જ હોય. દરેક મનુષ્યના હૃદયમાં કોઈ એક સદ્ગુણનો સ્થંભ મળી આવે જ, અને તેને આધારે જો પુનઃરચના થાય તો જરૂર તે હૃદય નિષ્કલંક થાય. તેને પોતાને પોતાની ભૂલ માટે પશ્ચાત્તાપ થયો. તેણે મુંજને વધારે વાત કરવા દીધી હોત તો જરૂર તેના સ્વભાવમાં છુપાયેલો સદ્ગુણનો સ્થંભ હાથ લાગત. આ વિચારમાલાના મણકા ગણતાં તેને પોતાની અપૂર્ણતાનું ભાન થયું અને પૂર્ણતા પ્રાપ્ત કર્યાની જે ખાતરી હતી તે નષ્ટ થવા લાગી.

સાંજના તૈલપરાજ મળ્યા.

'કેમ બા ! આજે દેખાયાં નહિ ?'

મૃણાલ ગૂંચવાઈ. જીવનમાં પહેલી વાર શો જવાબ દેવો તે તેને સૂઝ્યું નહિ.

'તારી કીર્તિનો વિચાર કરતી હતી.'

'હવે શો વિચાર કરવો બાકી રહ્યો છે ?'

'મુંજનું માન હજુ ઊતર્યું નથી, ત્યાં સુધી બધું જ બાકી છે.'

તૈલપની ઝીણી આંખોમાં રતાશ આવી.

'હા ! મેં સાંભળ્યું કે કાષ્ઠપિંજરમાં પણ તેની નફ્ફટાઈ તે છોડતો નથી.'

'હા. હું પણ તેનો ગર્વ ગાળવાનો ઉપાય જ યોજું છું.'

'શા માટે ? કાલે રાજસભામાં એને બોલાવવો છે, એટલે ત્યારે હું એનો ગર્વ ગાળીશ.'

'હા. તું ગભરાતો નહિ. હું એને એના દુષ્કર્મનો પૂરેપૂરો પશ્ચાત્તાપ કરાવીશ.'

'તમારા પ્રભાવમાં મને શ્રદ્ધા છે,' તૈલપે કહ્યું, 'અને કાલે રાજસભામાં એની પાસે પાદપ્રક્ષાલન કરાવીશ ત્યારે એ સીધો દોર થઈ જશે.'

'ભાઈ, સમાલીને કામ લેજે. એ બીજા રાજાઓ જેવો નથી. એને વાળવો એ કઠણ કામ છે.'

'બા ! તમારા આશીર્વાદ ને તમારી સલાહ; પછી કોની મગદૂર છે કે સામે થાય ?'

'ને હમણાં હું એને મળવા જાઉં તો –'

'કેમ ?'

'એને એના કલંકિત જીવનનો ખ્યાલ પૂરેપૂરો કરાવવો છે. મારી કીર્તિ પર એણે કેટલી ધૂળ નંખાવી છે ! મારા પર કેવાં-કેવાં કાવ્યો ને નાટકો રચ્યાં છે ને રચાવ્યાં છે ! એ બધાંનો ચૂકતે હિસાબ આપવો છે.'

'ત્યારે એનો હાલ વધ તો કરાવીએ જ નહિ ?'

'ના ભાઈ ! એ વિજય માત્ર ટૂંકજીવી થઈ મડશે. જેમ એ રિબાશે, જેમ એ માનભંગ થશે તેમાં જ કીર્તિ વધશે. આવા દુશ્મન પર દોર બેસાડવો એ બધા ચક્રવર્તીઓનાં નસીબે નથી લખાયેલું હોતું.'

'ઠીક ! ત્યારે આજે તમે મળો, કાલે રાજસભા છે. પછી જોઈએ કેમ ચાલે છે ! કાષ્ઠપિંજરની પાસે સૈનિકોની ચોકી તમે મુકાવી ?'

'હા. તેં નહિ જોયું ? પ્રજાજન પાસે તારી ઠેકડી કરાવતો હતો.'

'હા, મને દેવીએ કહ્યું. મને તો એની જીભ ખેંચી કઢાવવાનું મન થયું,

પણ તમારી સંમતિ નહોતી એટલે માંડી વાળ્યું. ઠીક, કાંઈ નવીનં હોય તો રાતે કહાવજો.'

'હા.'

તૈલપે સાષ્ટાંગ પ્રણામ કર્યા અને મૃણાલે આશીર્વાદ દીધો.

*

મૃણાલના હૃદયમાં એક ડંખ થયો: શું તેનું હૃદય કલંકિત થયું? શા માટે તેણે તૈલપને દિલ ખોલીને વાત ન જ કરી? શા માટે પોતાના તર્કવિતર્કો દબાવવા તેણે મિથ્યા વાતો કર્યા કરી?

પણ આ વાતથી પોતાના ને પોતાના ભાઈના પ્રતાપમાં તેને જે અડગ શ્રદ્ધા સરવા લાગી હતી તે પાછી દઢ થઈ. મુંજના ખોટા આડંબરથી તે અંજાઈ ગઈ હતી, નિરાધાર કેદીની નફ્ફટ વાતોથી મહાત થઈ હતી, પોતે કેવી મૂર્ખ હતી કે આમ અંજાઈ ગઈ, આમ મહાત થઈ! તેના હૃદય જેવા નિષ્કલંકી હૃદયને આ ઘટે? વિચારો જુદી દિશા તરફ વળ્યા, હૈયામાં હામ આવી ને સરી જતી સ્વસ્થતા સુદઢ કરી તે મુંજને મળવા તૈયાર થઈ.

એ માણસના વિચારેવિચાર જાણવા, એના કર્તવ્યહેતુનું પૃથક્કરણ કરવું, એની જીવનજાળનાં ગૂંછળાં ઉકેલવાં એ તેના જેવી પ્રતાપી યોગિની ને મુત્સદ્દી સિવાય કોણ કરી શકે? એ કાર્યમાંથી ડગવામાં તેને કાયરપણું લાગ્યું. તેનો ભાઈ તો પાદપ્રક્ષાલન મારી-ઠોકી કરાવશે, પણ પોતે નિષ્કલંક જીવનની પ્રબલ સત્તાથી જ અધમ અવંતીનાથ પાસે પશ્ચાત્તાપના જળે પોતાના પગ ધોવડાવશે.

રણમલ્લને બોલાવી તેણે હુકમ કર્યો કે, મુંજને પાંજરામાંથી ભોંયરામાં લઈ જવો. આ કામ કરી નાયક પાછો આવ્યો કે તેને સાથે લઈ તે મુંજને મળવા ગઈ.

૧૭

કોણ કોને શીખવે ?

સખ્તાઈમાં સંકોચાયેલી ભમરો, સંયમથી નિયમિત ને ધીમાં થયેલાં ડગલાં મૃણાલના મનના ભાવોનો ખ્યાલ આપતાં હતાં, તોપણ હૃદય પહેલાં જેવું સ્વસ્થ નહોતું, શ્રદ્ધા પહેલાં જેવી અડગ નહોતી.

પાછળ આવતાં રાજવિધાત્રીની ભયંકર મુખમુદ્રા જોઈ મશાલચી કાંપવા લાગ્યો, ભોંયરાના રખેવાળ આવે વિચિત્ર વખતે મૃણાલબાને જોઈ, અણચિંતવ્યા સંયોગોની ઝાંખી થવાથી ત્રાસવા લાગ્યા.

ભોંયરાનાં બારણાં ખૂલ્યાં અને બાના હુકમ પ્રમાણે અંદર મશાલ મૂકી મશાલચી બહાર આવીને ઊભો.

મૃણાલ અંદર આવીને ભોંયરાના અંધકાર સાથે દૃષ્ટિ પરિચિત કરવા લાગી.

એક ખૂણામાં અવંતીનાથ માથું હાથ પર ટેકવી પડ્યો હતો. તેણે ધીમેથી ઊંચું જોયું ને મીઠાશથી કહ્યું : 'આવો ! હું તમારી જ વાટ જોતો હતો.'

વાક્ય એવું સાધારણ હતું, અવાજ એવો માયાભર્યો હતો કે તેના હૈયાએ જે જે બખ્તરો સજ્યાં હતાં તે બધાંના બંધ તૂટવા માંડ્યા.

'મારી ?'

'હા,' પડ્યાં-પડ્યાં જ પૃથિવીવલ્લભે કહ્યું, 'મને તો ખાતરી હતી કે તમે આવ્યા વિના નહિ રહો. કેમ છો ? ખુશીમાં તો ખરાં ?' તેના અવાજે મોહક વાતાવરણ પ્રસારવા માંડ્યું. મશાલના અજવાળામાં પણ તેની આંખો હસતી જણાતી હતી.

મૃણાલે દઢતાથી કેડે હાથ મૂક્યો ને ક્ષોભ દબાવી કહ્યું: 'મુંજ! મુંજ! તારામાં સમજવાની અક્કલ નથી કે સમજેલું કહેવાનું નિખાલસપણું નથી. હું મારી ગરજે નથી આવી, તારા આત્માનો ઉદ્ધાર કરવા આવી છું; પાપપંકમાં મહાલી રહેલા તારા નઠોર આત્માને શુદ્ધ ને પવિત્ર પંથે ચડાવવા આવી છું.'

'મૃણાલવતી! પારકાના ભલા માટે પરમાર્થ કરવો તેની કંઈ કિંમત જ નહિ,' ઠંડે પેટે મુંજે કહ્યું.

મૃણાલે નિરાશામાં કપાળ પર હાથ મૂક્યો: 'પોતાના ભલાને માટે તે પરમાર્થ થતો હશે?'

'બીજા શા માટે?' મુંજે ધીમેથી બેઠાં થતાં કહ્યું, 'મેં પણ પરમાર્થ કર્યો છે, મેં પણ ગરીબોને તાર્યાં છે ને દુખિયાનાં દુઃખ નિવાર્યાં છે, પણ તેમના ભલા માટે નહિ, મારા સ્વાર્થને ખાતર – એ પરમાર્થ કરવામાં મારું હૃદય તૃપ્ત થતું હતું તેથી મારી અહંતા સંતોષાતી હતી તેથી – મારું મન રાચતું હતું તેથી. પારકાનું ભલું કરવાનો આડંબર કરવો એ પણ અહંકાર સંતોષવાનો એક રસ્તો છે.'

મૃણાલ મૂંગી થઈ ગઈ. પોતે મુંજનું ભલું કરવા આવી હતી કે પોતાનો અહંકાર સંતોષવા? મુંજનાં સૂત્રોમાં કંઈ ન સમજાય એવી સત્યતા ભાસવા માંડી, છતાં તેણે હિંમતથી જવાબ આપ્યો:

'આ પણ તારી નફ્ફટાઈનું એક લક્ષણ છે.'

'હશે,' હસીને મુંજે કહ્યું, 'બોલો, હવે કેવે પંથે મને ચઢાવવા આવ્યાં છો?'

'નિષ્કલંક જીવનમાં –'

એકદમ મુંજે આગળ ડોકું કરી કહ્યું: 'નિષ્કલંક! મૃણાલવતી! જે કલંક જાણતા હોય તેને નિષ્કંલક થવાની પરવા હોય, તમે મને શું શીખવવાનાં હતાં! તમે રાજાનાં પુત્રી, સુરક્ષિત પ્રાસાદમાં ઊછરેલાં, સત્તામાં પોતાને પૂર્ણ માની બેઠેલાં, વૈરાગ્યના અભિમાનમાં ફાલેલાં તમે મને કેમ શીખવશો?' ઘણી જ મમતાથી મુંજે પૂછ્યું. પછી તે હસી પડ્યો.

'દરેક જણમાં બુદ્ધિ હોય તો શીખી શકે.'

મુંજ પાછો હસ્યો: 'મારામાં બુદ્ધિ છે; છતાં તમે શીખવી નહિ શકો.

શીખવાનું કોને હોય, કે જે દુઃખી હોય, અધૂરો હોય તેને મને દુઃખ સ્પર્શતું નથી. અપૂર્ણતા હું અનુભવતો નથી; પછી મને કેમ શીખવશો ? અને નહિ તોપણ મારે શું શીખવાનું બાકી રહ્યું છે ?'

'કેટલું અભિમાન !'

'તમે ભલે માનો, પણ મારી કથા તમે ક્યાં જાણો છો ? કોઈ અનાથનો ત્યાગેલો છોકરો છું; આજે પૃથિવીનો વલ્લભ છું. મને સિંહણોએ દૂધ પાયાં છે ને ગજરાજોએ પવન નાખ્યો છે. મેં ભીખ માગી છે ને સિંહાસનો દાનમાં દીધાં છે. મેં દુખિયાં માટે દેહ આપી છે; ને સુખિયાના દેહની કચ્ચરો કરી છે. મેં રમણીઓના રસભંડારો લૂંટ્યા છે; ને લક્ષ્મી સમાન લલિતાઓનો શિરચ્છેદ કર્યો છે. શ્રુતિવાક્યનો પાઠ કરતાં, દેવને પણ દુર્લભ એવી તપશ્ચર્યા આદરી છે; ને શૃંગારસૂત્રોને ગુંજતાં બીભત્સ રસનો પણ સાક્ષાત્કાર કર્યો છે. હવે શું બાકી રહ્યું ?' કહી માથું પાછળ નાખી જવાબની વાટ જોતો મુંજ થોભ્યો.

આ વાક્યો ઉચ્ચારતાં દંતાવલિની વિદ્યુતથી દીપતું તેનું મુખ વર્ષાઋતુની સંધ્યા સમું હૃદયભેદક બની રહ્યું; આંખમાંથી રેલાતી મીઠી ધારાઓએ ચારે તરફ રસ પ્રસાર્યો. થોડી વાર તે જોઈ રહ્યો ને મિત્રભાવના ઉમળકાથી કહ્યું :

'મૃણાલવતી ! આ બધા અનુભવો થયા છતાં પણ હું સુખી રહ્યો છું. મારામાં મેં કલંક જોયું નથી. તમે મને શું શીખવવાનાં હતાં ?'

મૃણાલથી કંઈ જવાબ ન દેવાયો. તેનું ગળું બંધ થઈ ગયું. અને મન કામ કરતું અટકી પડ્યું.

'શીખવાનું તો તમારે છે. જીવનનો લહાવો લૂંટવાનો તો તમારે રહ્યો છે. ફૂલની શૈયામાં સમાયેલું રહસ્ય તમારે શીખવાનું છે. રસતાનમાં કેમ નાચવું તે તમારે શીખવાનું છે –'

મૃણાલે ગુસ્સામાં હાથ ઊંચો કર્યો. તેની દરકાર કર્યા વિના મુંજે આગળ ચલાવ્યું :

'કોઈ રસિકની સોડમાં –'

'પાપી ! –' મૃણાલે દાંત કચકચાવી કહ્યું.

મુંજ હસ્યો. તે ઊભો થઈ પાસે આવ્યો '– રસસાગરનું મંથન કરતાં

શું સાંપડે તે શીખવાનું છે.'

'ચંડાલ ! નફ્ફટ ! લંપટ !' દાંત કચકચાવી મૃણાલે કહ્યું. તેની આંખો લાલ થઈ રહી; તેના કપાળની નસો તરી આવી, 'કાલે સવારે જોજે.'

'ઠીક ! અને કાલે સાંજે તમે જોજો,' હસીને તેણે કહ્યું, 'હું તમારી વાટ જોઈશ.'

'મારી વાટ ?' મૃણાલને મોઢે ફીણ આવ્યાં.

'હા ! તમને બધું શીખવવાનું છે ને –'

'દુષ્ટ ! તારી જીભ –'

'મારી જીભે તો તમારા જેવી કંઈક માનિનીઓ વશ થઈ છે,' શાંતિથી મુંજે કહ્યું, 'પૃથિવીવલ્લભના હૃદય પર હાથ રાખ્યા વિના તમારો આરો નથી –'

મૃણાલ ક્રોધાગ્નિથી બળી ઊઠી. તેણે સામે ઊભેલા મુંજને જોરથી તમાચો માર્યો. મુંજ ખડખડ હસી ઊઠ્યો. અને પોતાના હાથમાં મૃણાલનો હાથ પકડી દાબ્યો, લઈને પોતાના હોઠે અડાડ્યો.

વિષદંશ થયો એમ મૃણાલે બરાડો માર્યો. તેના ડોળા ફાટી ગયા; તેનાં અંગેઅંગ કંપી ઊઠ્યાં.

સામે નયોનોમાંથી અમી વર્ષાવતા પૃથિવીવલ્લભે મીઠાશથી હસ્યા કર્યું.

'કોઈ છે કે ?'

'બા !' રણમલ્લ આવ્યો.

'આ પાપીના હાથ કેમ નથી બાંધ્યા ?'

'હા ! રણમલ્લ !' મુંજે ઠંડે પેટે કહ્યું.

'તારી શૃંખલા લાવ કે હૃદયની શૃંખલા તો છૂટે, નહિ તો તેનો પ્રભાવ દુ:સહ થઈ જશે.'

ક્રોધવશ થયેલી સિંહણની માફક મૃણાલે ઘૂરક્યા કર્યું. રણમલ્લ ને બીજા સૈનિકોએ મુંજને હાથે સાંકળ પહેરાવી.

'રણમલ્લ ! આ પાપીના હાથે મારો સ્પર્શ કર્યો છે, એનો હાથ ડામ.'

'હમણાં ?' વિસ્મય પામેલા નાયકે પૂછ્યું.

'શું ?' મૃણાલે આ પ્રશ્નની ધૃષ્ટતા જોઈ ગર્જના કરી.

રણમલ્લ થરથર ધ્રૂજી ઊઠ્યો. તેણે એક ભાલો લઈ, મશાલ ઉપર ગરમ કર્યો.

'ચાલ, કેટલી વાર ?' અધીરાઈથી મૃણાલે પગ ઠોક્યો.

'હા બા ! અલ્યા હાથ પકડો.'

'મૃણાલવતી ! શા માટે તસ્દી લ્યો છો ?' મુંજે મીઠાશથી કહ્યું, 'તમારા સ્પર્શથી જ બિચારાં અંગો જળે છે, એને બાળવાને બહારના અગ્નિની જરૂર નથી.'

'ચાલ !' મૃણાલે જવાબમાં રણમલ્લને કહ્યું.

સૈનિકો મુંજનો શૃંખલાબદ્ધ હાથ પકડવા ગયા; પણ ક્યાંય સુધી બાંધેલા હાથે પણ તેણે સૈનિકોને કહ્યું.

'કાયરો ! હીચકારાઓ ! જો આને ડામશો નહિ તો આ પળે તમારો વધ કરાવીશ,' હોઠ કરડી મૃણાલે કહ્યું.

નિરાશાની હિંમતથી સૈનિકો મુંજના હાથ પર તૂટી પડ્યા, અને મહામહેનતે જમણો હાથ સ્થિર ઝાલી રાખી શક્યા. સૈનિકોને થકવવાનો શ્રમ વેઠતાં પણ મુંજ નિરાંતે ઊભો-ઊભો હસતો હતો.

રણમલ્લે ગરમ કરેલો ભાલો ચાંપ્યો. મુંજ કંઈ બોલ્યો નહિ. તે દાબીને ચાંપ્યો ને નરમાંસ બળવાની દુર્ગંધ ભોંયરામાં પ્રસરી રહી.

દુર્ગંધ નીકળતી જોઈ મૃણાલે કહ્યું : 'બસ.'

'અરે તમારી !' મુંજનો અવાજ તેવો જ શાંત, માત્ર જરા તિરસ્કારભર્યો આવ્યો, 'આટલેથી જ તમે રાજી થાત એમ જાણ્યું હોત તો ઊભો-ઊભો હું જ હાથ બાળત.'

શું જવાબ દેવો તે મૃણાલને સૂઝ્યું નહિ. તે જવા ફરી.

'મૃણાલવતી ! આ ડામની દવા દેવા કાલે આવજો, હોં.'

પાછું જોવાની પણ સ્વસ્થતા ન હોવાથી મૃણાલ ફાળ ભરતી ત્યાંથી ચાલી ગઈ.

૧૮

નિરાધારતા

મૃણાલવતી ગઈ – નાઠી. તે પોતાના ખંડમાં ગઈ. મૃગચર્મની પથારી પર પડી. તેનું મગજ ચકર-ચકર ફરતું – તેનું હૃદય ન સમજાય એવું તાંડવનૃત્ય ખેલતું હતું.

તેના રોમેરોમે અગ્નિની જ્વાળા ઊઠતી. તેને શ્વાસેશ્વાસે તે જ્વાળાઓ વધતી. આટલાં વર્ષના જીવનમાં આ ક્ષોભ, આ ગભરાટ, આ જ્વાળાઓ તેણે જોઈ નહોતી, તેનો પ્રતાપ અનુભવ્યો નહોતો.

વાસનાપૂર્ણ વાક્યો, પુરુષનો સ્પર્શ, પુરુષ કે સ્ત્રીનું ચુંબન – આ બધાથી તે અપરિચિત હતી. તેના આવા અચાનક પરિચયથી તે ત્રાસી ઊઠી, તેનાં અંગેઅંગ કાંપવા લાગ્યાં. આવા અઘોર કલંકમાંથી કેમ બચવું તે તેને સૂઝ્યું નહિ.

તેના જેવી નિષ્કલંક, જીવનમુક્તને આવા પાપચારીનો સ્પર્શ? જીભ કરડવી? ભીંત સાથે માથું ફોડવું? અગ્નિમાં ઝંપલાવવું? આ કલંક કેમ દૂર કરવું? એ કૃત્ય જોઈ પૃથિવી કેમ રસાતળ ન ગઈ? સૂર્યનારાયણ કેમ ન થંભ્યો? ધરતીમાતાએ કેમ માર્ગ ન આપ્યો? શું મોઢું લઈ બેસી રહે? તેની ગૂંગળામણનો પાર જ ન રહ્યો. તેના આત્મતિરસ્કારનો પ્રવાહ તેની શાંતિ, બુદ્ધિ, સ્વસ્થતાને ઘસડી ગયો. તે ડૂબતા માણસની માફક તરફડિયાં મારી રહી.

અને તેનું અપમાન! પોતે કોણ? સમ્રાટની કુંવરી, સમ્રાટની બહેન, સમ્રાટની વિધાત્રી – તેનું આવું અપમાન! તેના મુખની આસપાસ અસહ્ય

જ્વાળાઓ ભભૂકવા લાગી; તેની આંખોમાંથી ઊકળતા લોહ સમી અશ્રુધારાઓ વહી રહી. અધમ, લંપટ, પાપાચારી મુંજ તેની સાથે આ પ્રમાણે વર્ત્યો ? ભલે તે મુંજને ડામે, તેનો શિરચ્છેદ કરાવે, તેના ટુકડા કરાવે તો-પણ થયું અપમાન કેમ અણથયું થાય ? તેણે કરેલું ઘોર કર્મ કયો દંડ વિસરાવે ?

પોતાની નિરાધારતાનું ભાન આવતાં તેની અકળામણનો પાર રહ્યો નહિ. તેણે કચવાટમાં હાથ-પગ પછાડ્યા. મૂઠીઓ વાળી. દાંત કચકચાવ્યા. બધા વિચારો નિરર્થક લાગ્યા, મુંજ – પાપી, લંપટ મુંજ – વિજેતા થયો. પોતે અધમ, કલંકિત થઈ. અને આ સ્થિતિમાંથી નીકળવાનો રસ્તો રહ્યો નહિ.

એને પોતાની નિર્જીવતાનું ભાન થયું. તેની આત્મશ્રદ્ધા જે પહેલાં માત્ર ડગવા માંડી હતી તે અદૃષ્ટ થઈ. તેણે મુંજને મહાત કરવાના વિચારો કર્યા હતા. – પોતાની, તૈલપની સત્તાના દોરથી તેને બાપડો બિચારો કરવાનો ઇરાદો રાખ્યો હતો – પોતાની બાહોશીથી દબાવી શરમિંદો બનાવવાની આશા રાખી હતી. આ બધા વિચારો, ઇરાદાઓ, આશાઓ ધૂળમાં મળી ગયાં. સેના ગમે તેને પતિ માને, માળવા કે તૈલંગણના ગમે તે માલિક હોય, પોતે ગમે તેવી જીવનમુક્ત હોય તોપણ મુંજ પૃથિવીવલ્લભ તે પૃથિવીવલ્લભ જ રહેવાનો. તે શરમાઈ, ગૂંગળાઈ. આ ખ્યાલ તેના મગજ આગળ સ્પષ્ટ થયો, તે અધમમાં અધમ હતો, છતાં તેનો પ્રતાપ અણઝાંખ્યો હતો, તેનું વ્યક્તિત્વ સહુથી નિરાળું ને પ્રતાપી હતું. તૈલંગણના જેવી તેની તરફ દ્વેષ ધરનારી પ્રજાને પણ તેણે ગાતી, નાચતી કરી, તેના જેવી પ્રભાવશાળી, ભયંકર સ્ત્રીને પણ અધમતાનો કડવો અનુભવ કરાવ્યો; ડિલ પર અંગારાનો ડામ પડતાં પણ તે તેવો – પૃથિવીવલ્લભ જ રહ્યો.

તેની નજર આગળ મુંજનું તેજસ્વી, પ્રતાપી, હસતું મુખ તરી રહ્યું. જ્યારે રણમલ્લે ડામ દીધો, જ્યારે તે પોતે પણ ચીસેચીસ પાડત ત્યારે પણ તેના મુખની શાંતિ અણભેદાયેલી રહી; તેની આંખો હસતી ને હસતી રહી; તેના મુખ પરની મીઠાશમાં જરાયે મિશ્રણ થયું નહિ.

૧૯

કાળરાત્રી

મૃણાલે તરફડ્યા કર્યું. પણ તરફડે કોઈનો તાપ ગયો છે કે તેનો જાય ? તેણે ભોંય પરથી ઊઠી ફરવા માંડ્યું. – બારી આગળ ઊભી રહી, બારણા તરફ જઈ પાછી આવી. તેની જીભ સુકાઈ ગઈ હતી, કરડી-કરડી તેના હોઠ પર લોહી તરી આવ્યું હતું, તેની આંખો અણપાડેલાં અશ્રુઓથી લાલ થઈ રહી હતી.

તે ફરીથી ધ્યાન કરવા બેઠી, કઠણમાં કઠણ આસનવાળી નિર્દ્વંદ્વની સિદ્ધિ સાધવા બેઠી. દાસી ભોજનનું પૂછવા આવી પણ મૃણાલબાને આસન વાળી બેઠેલાં જોઈ મૂંગે મોઢે ચાલી ગઈ.

રાત આવી લાગી-ઘડીઓ પર ઘડીઓ ગઈ, પણ સ્થિર-આસનની તપશ્ચર્યા સાધતી મૃણાલના મગજમાં ન આવી સ્વસ્થતા કે ન આવી એકાગ્રતા.

પહેલાં ચિત્ત તરફડિયાં મારતું હતું – હવે તે ડૂબવા લાગ્યું – નિરાધાર બની ઊંડું ને ઊંડું જવા લાગ્યું. ડૂબતા માણસના મરણની અણીને વખતે બેભાન થતા મગજ આગળ પ્રિયતમાની મૂર્તિ ખડી થાય તેમ તેના ઊંડા ને ઊંડા જતા ચિત્ત આગળ એક જ મુખ રમી રહ્યું – પૃથિવીવલ્લભનું. વખત વણમાપ્યો ચાલ્યો ગયો. તેના મગજ પર બેભાની પ્રસરી રહી; કંઈક નિદ્રાનો ધીમે-ધીમે સંચાર થવા લાગ્યો.

તે ઝોકાં ખાતી હતી કે નહિ તેનું ભાન ન રહ્યું – તેને સ્વપ્ન આવતું હતું કે શું તે પારખવા જેટલી તેનામાં શુદ્ધિ રહી નહોતી.

માત્ર એક મુખ દેખાયા કરતું – તેનાં અનેક રૂપાંતરો થતાં, છતાં પણ

૯૪ ❁ પૃથિવીવલ્લભ

તે તેનું તે જ રહેતું. વિશાલ આંખોમાંથી આકર્ષક રસ ઝરતો. મીઠું મુખ અનેરી મોહિનીથી નિમંત્રણ દેતું. સાથે-સાથે એક ચણચણાટ રહેતો – આ કલંક ક્યારે જશે ?

આ પરિસ્થિતિ બદલાતી ચાલી – પ્રસંગો કંઈક અવનવા આવ્યા. પણ તે મુખ હતું તેમ જ રહ્યું. મૃણાલને તેને આંખ આગળથી ખસેડવાની ઇચ્છા કરવા જેટલી શક્તિ રહી નહિ. તેનું માથું છાતી પર ઝૂકી પડ્યું.

મનોરાજ્ય વિકાસ પામ્યું – મુખને બદલે આખો મુંજ ખડો થયો. કારાગૃહ દેખાયું, તેના અંધકારમાં હજાર સૂર્યની કાંતિથી દીપતો અનુપમ નરોત્તમ તેણે જોયો. તેનો હાથ બળતો જોયો – તેમાંથી જ્વાળા નીકળતી જોઈ ને પોતાને રોમેરોમ અગ્નિ વ્યાપ્યો.

પિસ્તાળીસ વર્ષ સુધી તેણે બ્રહ્મચર્યવ્રત સેવ્યું હતું. કદીય અનંગની અકલ્પ્ય હકૂમત તેના અંગ પર ચાલી નહોતી. જુવાનીનો ઝરો ફૂટ્યો નહોતો – ફૂટતાં પહેલાં ભૂમિમાં સમાઈ ગયો હતો.

આ અપરિચિત સ્ત્રીને આ અગ્નિ દુઃસહ લાગ્યો, તેમ જ એ અગ્નિની જ્વાળા આનંદમય લાગી. અડધી ઊંઘમાં મુંજે કરેલાં ચુંબનનું ચેતન તેને રગેરગ વ્યાપ્યું.

તેણે આ ભયંકર નિરાધારીમાંથી છૂટવા, આ પાપ-સમાધિમાંથી જાગવાને ઘણા પ્રયત્નો કર્યા, પણ નાગપાશે બંધાઈ હોય તેમ તે નિરાધાર બની અને તેનું ચિત્ત એવું ઊંડું જતું ગયું કે પાછું ખેંચવાનું સાધન જણાયું નહિ.

એકદમ તેણે મુંજને જોયો – તેનાં અંગેઅંગની મોહકતા વિસ્તાર પામતી જોઈ – જાણે તે તેના તરફ ધસ્યો, તેને હાથમાં છૂંદી નાખી ને પોતે પડી.

તે ઝબકી જાગી, વિષદંશ થયો હોય તેમ ઊઠીને ઊભી થઈ ગઈ – વિહ્વળ બની ચારે તરફ જોવા લાગી. પોતે ક્યાં છે તે સમજાયું નહિ – નસેનસમાં કેમ નૃત્ય ચાલી રહ્યું હતું તે પણ સમજાયું નહિ. હૈયું કેમ આશાભર્યું ઊછળતું હતું તે પણ સમજાયું નહિ.

તેણે લમણે હાથ દાબ્યા, આંખો ચોળી. મુંજ ક્યાં હતો ? પોતે ક્યાં હતી ? આ શું થયું હતું ?

તેને હજી પૂરેપૂરું સમજાયું નહિ. તે માત્ર ગાંડી બની જોઈ રહી. અંગેઅંગ જાણે ઊડીને જવા માંગતાં હોય તેમ લાગ્યું.

તેણે કપાળ પર હાથ દાબ્યો – હૃદય નવી જ રીતે ધડકતું હતું. તેણે કપાળ પર હાથ ફેરવ્યો – માથામાં કંઈ અવનવા ભાવો ઊછળી રહ્યા હતા.

એક પલમાં તે બેસી ગઈ – પડી ગઈ. તેને પોતાની સ્થિતિનું ભાન આવ્યું. મનની પાંખડીએ પાંખડી – શરીરનાં અંગેઅંગ આક્રંદ કરી રહ્યાં હતાં, બૂમ મારી રહ્યાં હતાં. તેમને મુંજ જોઈતો હતો.

મગરૂર તપસ્વિની ઘેલી બની. તેને પોતાનાં અધ:પતનનું ભાન થયું. યુદ્ધ માટે હથિયાર નહોતાં – ઉત્સાહ ન હતો. તે ઓશિયાળી બનીને પુષ્પધન્વાને શરણે ગઈ. તે ત્રિપુરારિની ત્રીજી આંખે બળી ભસ્મ થઈ રહેલા દ્વેષી દેવે તેને બાળવા માંડી. થોડી વારે અગ્નિજ્વાળા શમી ગઈ અને શીતળ સમીરની આહ્લાદક લહરીઓને વિસરાવે એવી લહરીઓ તેના શરીર પર આવવા લાગી. તે આંખ મીંચી લાંબી છટ થઈ પડી – લહરીઓનો અનુભવ કરવા લાગી.

આવી લહરીઓ તેણે સ્વપ્ને પણ અનુભવી નહોતી. તેનાથી તે ડરી નહિ, તેનાથી તે અજાયબ થઈ નહિ – પણ તેનાથી કંઈક અવર્ણનીય આહ્લાદ અનુભવવા લાગી. તે તેના અંગેઅંગને સ્પર્શ કરી રહી. રોમેરોમને આનંદમય ચેતને જીવંત કરી રહી. તેની છાતી અપરિચિત પણ આનંદદાયક ધબકારે ઊછળી રહી, તેના હાથની નસો અજાણ્યા ઉત્સાહથી વીંટાવા તલસી રહી.

અદ્ભુત આનંદ તેની રગેરગે વહી રહ્યો. તેણે પોતાના હાથ આંખો પર મૂક્યા – ધડકતી છાતી પર જોરથી દાબ્યા. તેના પગ એકમેકથી વીંટાઈ રહ્યા.

મુંજની માનસિક મૂર્તિના પાદ સ્પર્શી આ અનેરી લહેરીઓ આવતી હતી, તેને તેણે આવવા દીધી. ધીમે-ધીમે શ્વાસ વધ્યો કે મુખ લાલચોળ થઈ રહ્યું – મગજમાં ઊર્મિઓનું નર્તન થઈ રહ્યું. જાણે નશો કર્યો હોય તેમ ચિત્ત ડોલવા માંડ્યું. સુખમય પરાધીનતામાં તે પડી રહી.

તેને અડધી ઊંઘ આવી ન આવી ને તેણે તેજસ્વી પૃથિવીવલ્લભને આવતો જોયો, તે આવ્યો – આનંદને પ્રસારતો ને ઉત્સાહને પ્રેરતો તેને વળગ્યો, એક નહિ પણ હજાર વાર તેને ચુંબન કર્યું પણ તે પડી રહી – સુખમય ને નિમંત્રતી નિરાધારીમાં.

કંઈક થયું – હૈયામાં ફટક્યું – સુખને શિખરે તે પહોંચીને પાછી પડી. આંખો ઉઘાડી તે બેઠી થઈ ગઈ. તેનું હૈયું છાતીફાટ ધબકતું હતું. અનિવર્ચનીય આનંદની સમાધિ તેણે પ્રાપ્ત કરી અને ખોઈ.

તે ઊભી થઈ, મોઢું ધોયું ને બારીની બહાર મોઢું કાઢી તેના પર ઠંડો પવન વાવા દીધો.

તે ક્યાંથી ક્યાં – ગંગાની માફક પડી હતી તેનો ખ્યાલ આવ્યો: વૈરાગ્યસ્વરૂપ તપોનિધિ મહાદેવની જટામાંથી પડી અત્યારે અધમતાની ધૂળમાં તે રગદોળાતી હતી.

તે કલંકિત થઈ ચૂકી હતી; જીવનભરનાં વ્રત ને નિયમનો ભંગ થયો હતો. હવે શું કરવું? ભાઈ શું કહેશે? ભાભી શું કહેશે? ગામના ને દેશના લોક શું કહેશે? આ કલંક પછી કેમ જિવાશે? જીવનની નવી ખીલેલી પાંખડીને છૂપી રાખી બને તો સૂકવી નાંખી, ચાલે છે તેમ જ.જીવન વિતાવ્યા વિના છૂટકો નહોતો. આજ રાતના જે આનંદની ઝાંખી તેને થઈ હતી તેના સિવાય તો તેને માટે એ દિવસ અસ્પર્શ્ય જ હતો.

૨૦

પાદપ્રક્ષાલન

સવારના પહોરથી તૈલપરાજના દરબારમાં ધામધૂમ થઈ રહી સામંતો ને મહારથીઓની ઠઠ જામવા લાગી.

પાદપ્રક્ષાલન એક પાપ-પુણ્યનો કુંડ હતો. તેમાંથી જે કેદ થયેલા રાજાઓ નિર્વિઘ્ને નીકળી જતાં તેઓને પોતાનું રાજ્ય સામંત તરીકે ભોગવવા દેવાની રજા આપવામાં આવતી અને જે કોઈ અભિમાનના તોરમાં તેમાંથી ન નીકળતા તે હાથીને પગે કે કારાગૃહમાં જીવન પૂરું કરવાનું નોતરું માંગી લેતા. તૈલપ પોતે અનેક વાર મુંજરાજના પગ ધોઈ તૈલંગણના સિંહાસનની પ્રસાદી પામ્યો હતો, આજે ધારાનું સિંહાસન મુંજને તૈલપના પગ ધોઈ યાચવાનું હતું.

મુંજ આ શિક્ષા ભાગ્યે જ સ્વીકારશે એમ બધાનું માનવું હતું. છતાં પકડાયેલા નરેશોનું શરીર અસ્પર્શ્ય ને પવિત્ર મનાતું હોવાથી કંઈ પણ કારણ વગર તેને ઝબે કરાય એમ નહોતું, તેથી તૈલપે વિચાર કરી આ યુક્તિ ખોળી કાઢી હતી. જો મુંજ પાદપ્રક્ષાલન કરે તો તેની કીર્તિ સદાને માટે જાય અને તૈલપ પૃથિવીનો નાથ ઠરે, અને જો તે પ્રમાણે ન કરે તો તેને ગમે તે શિક્ષા કરવાનો અધિકાર સ્પષ્ટ રીતે તૈલપને આવી જાય.

અને આખા ગામમાં એક પ્રશ્ન બધાના મગજમાં થઈ રહ્યો હતો : શું મુંજ પાદપ્રક્ષાલન કરશે ? કેટલાક એમ ધારતા હતા કે કરે તો સારું. કે તે બચે ને તૈલપની કીર્તિ વધે. કેટલાક એમ માનતા હતા કે તે ન કરે તો સારું કે જેથી તે કેદમાં રહે. તે જીવ ખુએ તો તૈલપની કીર્તિ વધે. તેના રૂપ કે ગુણ પર જેટલા મોહ્યા હતા તે આશા રાખતા હતાં કે કોઈ પણ રીતે મુંજ બચે તો

સારું. પણ આ આશા કોઈ બહાર કાઢતું નહિ.

રાજ્યસભામાં જેટલાને આવવાનો અધિકાર હતો તેટલા બધા આવ્યા : કોઈને આવો અપ્રતિમ પ્રસંગ જોવાનો લહાવો ખોવો નહોતો. સૂર્યોદયને થોડી વાર થઈ ગઈ કે રાજસભામાં પગ મૂકવા જેટલી પણ જગ્યા રહી નહિ.

બધા આવી રહ્યા કે તૈલપરાજ મહાસામંતને સાથે લઈ આવ્યા. તેનો કુંવર અકલંકચરિત પણ આવ્યો. તૈલપની ગાદીની પાસે એક અંદર જવાનું બારણું હતું તેની અંદરથી મૃણાલવતી, જક્કલા ને લક્ષ્મી પણ આવીને બેઠાં. મૃણાલનું મુખ સખત ને ફિક્કું હતું, તેની આંખોમાં ભયંકર તેજ હતું. તેની મુખમુદ્રા જોઈને જ લોકોને લાગ્યું કે મુંજનું આવી બન્યું.

તૈલપરાજે મૂછના આંકડા ચઢાવવા માંડ્યા, અને બે સામંતોને કેદીઓ લાવવાનો હુકમ કર્યો.

થોડી વારે કેદી રાજાઓ આવ્યા. તેમાં સૌથી પહેલો મુંજ હતો. તેના હાથ પાછળથી બાંધવામાં આવ્યા હતા.

જેવો તે વિજયસેનામાં ચાલતો હતો તેવો જ તે અહીંયાં આવ્યો. વિખરાયેલા વાળ તેની કીર્તિમાં ઉમેરો કરતા, ચમકતું અભિમાન તેના મુખના ગૌરવને વધારતું, તેની ડોકીનો મરોડ તેની સત્તા સ્વયંભૂ જ છે એમ સાબિત કરતો. તે દેવ જેવો આવ્યો – રાજસભા માત્ર જંતુઓની હોય એવી લાગવા માંડી.

મૃણાલે તેને ભરસભામાં જોયો ને તેનાં રોમેરોમ ખડાં થઈ ગયાં. ગઈ રાતનો અનુભવ યાદ કરી નવયૌવનાની માફક તેને ગાલે શેરડા પડ્યા. પોતાનો ક્ષોભ કોઈ ન પારખી જાય એમ તે પ્રયત્ન કરવા લાગી.

દિવસના ઉજાસમાં તે નરેશના મોહક શરીરની દેખાતી અપૂર્વ રેખાએ રેખા તેણે ચોરની માફક છાનાંમાનાં પોતાના હૃદયમાં ઉતારી; આંખો આગળ કલ્પનાથી સજીવન કરી.

મુંજને આણી તૈલપના સિંહાસન આગળ ઊભો રાખવામાં આવ્યો. એક ગર્વભર્યું હાસ્ય મોઢા પર રાખી, બેદરકારીથી તે ઊભો રહ્યો.

તૈલપે હુકમ કર્યો એટલે બંદીજનોએ તૈલપની સ્તુતિ ગાઈ. તે થઈ રહી એટલે રાજાએ મહાસામંત તરફ ફરીને પૂછ્યું :

'ભિલ્લમરાજ ! કાલે કવિઓ છોડાવી ગયા તેનું શું થયું ?'

'પેલા રહ્યા' કહી જે તરફ ધનંજ્ય, રસનિધિ અને તેના મિત્રો બેઠા હતા તે તરફ ભિલ્લમે આંગળી કરી.

'તેમને કહો કે કંઈ કહે. ઉજ્જેણીના કવિઓએ મુંજને છાપરે તો ઘણો ચઢાવ્યો, હવે તેને ઉતારવામાં સામેલ થશે ને ?' ભિલ્લમ રાજાની આ યુક્તિથી કચવાયો, પણ ભરસભામાં રાજાનું વચન ઉથાપાય તેમ નહોતું એટલે આવીને તે ધનંજ્યને રાજાનો સંદેશો કહી ગયો.

બધા કવિઓને કંપારી થઈ આવી. ઘણા રસનિધિ તરફ ફર્યા.

રસનિધિએ તરત ધનંજ્યને કહ્યું: 'મહારાજ! આપ સરસ્વતીના લાડીલા છો, કંઈ કહો.'

ધનંજ્યે આંખ વતી હા કહી અને બેઠેલા સામંતોમાં થઈ તે સિંહાસન આગળ આવ્યો.

ધનંજ્ય જેવો સિંહાસન પાસે આવ્યો કે મુંજ જે બીજી તરફ જોતો હતો તેણે તેની સામે જોયું, અને તે હસ્યો.

'ધનંજ્ય ! અવંતીનું નામ રાખજે.' તેણે હસતાં કહ્યું.

'જેવી આજ્ઞા.' નીચા નમીને ધનંજ્યે કહ્યું.

તૈલપ આ વાત સાંભળી ચિડાયો, અને તેને કપાળે કરચલી વળી. તુચ્છકારથી તેણે પૂછ્યું: 'નામ શું તમારું ?'

ધનંજ્ય જવાબ દે તે પહેલાં મુંજરાજે મોટે અવાજે કહ્યું:

'તૈલપ ! આટલી ખબર નથી ? જેની કવિતા સાંભળી ભગવતી મયૂરાસની પોતાની વીણા છોડી દે છે, જેના સુવિખ્યાત નામથી અજાણ્યા સદાય નરક સમાન અંધકારમાં જ રહે છે તેવો, કવિઓનો પણ કવિ અને અવંતીના કવિઓમાં શ્રેષ્ઠ એવો આ ધનંજ્ય છે.' તે સમયના કવિઓને છાજે એવી રીતે મુંજે કહ્યું.

'તને મેં પૂછ્યું નહોતું.' ગુસ્સામાં તૈલપે કહ્યું.

'હું ક્યાં કહું છું કે મને પૂછ્યું ?' ઠંડે પેટે મુંજે કહ્યું, 'પણ કોઈની પ્રશંસા તેને હાથે જ કરાવવી એ વિનયશીલ પુરુષોની સભામાં થયું હોય એમ સાંભળ્યું નથી.'

સભાસદોનાં હૃદય કંપી ઊઠ્યાં. તૈલપ જે અલ્પતા અનુભવતો હતો, તે બધાને સ્પષ્ટ દેખાતી હતી; અને આથી તૈલપનો ગુસ્સો પણ વધતો હતો એ પણ સ્પષ્ટ દેખાતું હતું. આનું પરિણામ શું આવશે તેની અનિશ્ચિતતામાં બધાં ઊંચી ડોકે જોઈ રહ્યાં.

'ચલાવ.' તૈલપે ધનંજયને કહ્યું.

ધનંજયે પહેલાં એક અનુષ્ટુપ મહાકાલેશ્વર મહાદેવની પ્રશંસાનો કહ્યો, અને પછી રાજાની સ્તુતિનો શ્લોક ગાવા માંડ્યો.

શ્લોકરચના ઘણી જ સરસ હતી – તેમાં પૃથિવીએ જેને પોતાનો નાથ કર્યો છે એવાં રાજરાજેન્દ્રની સ્તુતિ હતી. એક રીતે તે તૈલપને લાગુ પડે એમ હતી, અને મુંજની પ્રશંસા પણ એથી થઈ ગઈ હોય એમ દેખાતું હતું. તૈલપ કંઈક સમજ્યો, પણ રોષ દબાવી બોલ્યો :

'શાબાશ ! કવિરાજ. જાઓ બેસો.'

ધનંજય પગે લાગી પોતાને સ્થાને પાછો ફર્યો.

મૃણાલવતીએ ધ્યાન દઈ આ બધું જોયા ને સાંભળ્યા કર્યું. જે છટાથી, આધિપત્યથી મુંજ આખી સભામાં રાજતો હતો તે જોઈ તેને ગર્વ થયો; અને જેમ-જેમ તૈલપનો ભ્રૂભંગ વધતો ગયો, જેમ-જેમ તેની આંખમાં ક્રૂરતા દેખાતી ગઈ તેમ-તેમ રખે મુંજને મારવાનો હુકમ થાય એવી બીકે તેનું હૈયું કંપી રહ્યું.

ધનંજય બેસી ગયો એટલે તૈલપ સામે જોઈ હસીને મુંજે પૂછ્યું : 'કેમ તૈલપરાજ ! કવિ કેવો લાગ્યો ?'

તદ્દન બેદરકારીથી, અડધા તિરસ્કારમાં આ પ્રશ્ન મુંજે પૂછ્યો. જવાબમાં હોઠ કરડી તૈલપ ઘૂરકી રહ્યો. સભામાં સોય પડે તોય સંભળાય એવી શાંતિ પ્રસરી રહી અને બધાંનાં હૈયાં ક્ષોભ પામ્યાં.

'મુંજ !' જરાક ઘાંટો ખોંખારી તૈલપે બોલવા માંડ્યું. તેની તીક્ષ્ણ આંખોમાં તરવારની ધાર જેવું તેજ આવ્યું, 'તારાં પાપનો ઘડો ભરાઈ રહ્યો છે – તારી રાજલક્ષ્મીનો નાશ થયો છે. તું –'

'કોણે કહ્યું ?' મુંજે પૂછ્યું.

'હું કહું છું.'

જવાબમાં મુંજ મજાકમાં હસ્યો અને મૂંગો રહ્યો.

'આબરૂસર જીવવાનો હવે એક જ રસ્તો રહ્યો છે.'

મુંજે બેદરકારીથી જે બારણામાં મૃણાલ બેઠી હતી તે તરફ જોયા કર્યું.

'જે પગથી આજે ધરણી ધ્રૂજી રહી છે તેને ધોઈ તારા અપરાધોની ક્ષમા માંગ.' તે સમયની કૃત્રિમ ભાષામાં તૈલપે કહ્યું.

બે સૈનિકોએ મુંજના બે હાથની બેડીઓ કાઢી નાખી અને એક સામંત સુવર્ણની ઝારીમાં પાણી લઈ આગળ આવી ઊભો. પગ ધોવડાવવાને ઉત્સુક બનેલા તૈલપે પગ સિંહાસનની નીચે મૂક્યા.

જેવા તેના હાથ છૂટ્યાં કે મુંજે તબિયત વાળી ગર્વમાં ઊંચું જોયું.

ઝારી લઈ તૈયાર ઊભેલા સામંતે કહ્યું, 'મુંજરાજ! ચાલો મહારાજના પગ ધુઓ.'

મુંજે તેની સામે આશ્ચર્યથી જોયું. 'સામંતરાજ! ક્યાં છે તે તાંડવથી ત્રિભુવન ડોલાવનાર ચંડીશ્વર ભગવાન મહાકાલનાં પ્રતાપી ચરણો કે આ પૃથિવી-વલ્લભ તેમને ધોઈ પાવન થાય?'

જવાબની વાટ જોતો મુંજ ઊભો રહ્યો.

બિચારા ઝારી ધરી ઊભેલા સામંતની જીભ તાળવે ચોંટી ગઈ. તૈલપનાં ભવાં ભયંકર રીતે સંકોચાયાં. મહાસામંત ભિલ્લમને લાગ્યું કે કંઈ રસ્તો કાઢવો જોઈએ, તેથી મીઠાશથી તેણે કહ્યું:

'અવંતીનાથ! આહવમલ્લ મહારાજનું પાદપ્રક્ષાલન કરો; વિજેતાનો એ પરાપૂર્વથી ચાલતો આવેલો અધિકાર છે.'

મુંજ તિરસ્કારપૂર્વક હસ્યો: 'સ્યૂનરાજ! પૃથિવી-વલ્લભના પગ ધોઈ-ધોઈ હાથ પર રહેલી ભીનાશ જેની સુકાઈ નથી તે તૈલપના હું પગ ધોઉં? કંઈ ભ્રમિત થયા છો?' તેના શબ્દોમાં, આંખમાં તિરસ્કાર હતો.

બારણામાં બેઠી બેઠી, ન સમજાય એવી ઊર્મિઓથી હૈયું ભરતી મૃણાલવતી મુંજની સામે જ જોઈ રહી.

તૈલપના ગુસ્સાનો પાર ન રહ્યો, તેની આંખમાં અંગારા ચમક્યા, ને તે ઊભો થઈ ગયો: 'અભિમાની! પાપાચારી! હજું તારો ગર્વ ગળ્યો નથી, કેમ?'

મોટું માણસ એક નિરાધાર બાલકને કહે તેવા તિરસ્કારથી હસી મુંજે

કહ્યું : 'આમ ફાંફાં માર્યે પૃથિવી-વલ્લભ થવાવાનું હતું ?'

'શું કહે છે ? દુષ્ટ ! ઊભો રહે.' તૈલપે બરાડો માર્યો. અડધી સભા ઊભી થઈ ગઈ હતી.

તૈલપે ચારે તરફ ગુસ્સામાં જોયું. તેની આંખ વિકરાળ થઈ, તેનાં અંગ ક્રોધથી કંપવા લાગ્યાં.

'સામંતો ! શું જોયા કરો છો ? પકડો એ પાપીને. કરાવો એની પાસે પાદપ્રક્ષાલન !'

ચારપાંચ સામંતો આગળ આવ્યા ને મુંજ તરફ ધસ્યા.

પોતાનું પ્રચંડ શરીર ટટ્ટાર કરી બીજાઓ તરફ બેદરકારીથી જોતો મુંજ ઊભો રહ્યો. તેની આંખો અનિમિષ હતી, તેના મોઢા પર ગર્વનું હાસ્ય હતું. તેના માથાના મરોડથી જ તે બધાને ડારતો હતો.

મૃણાલે આ બધું જોયું – અને આ બધામાં મુંજનું વ્યક્તિત્વ કેવું નિરાળું, અપ્રતિમ ને દુર્ધર્ષ હતું તે જોયું. તેને પણ ગર્વ થયો ને મુંજનો વિજય જોવા તે એકીટશે જોઈ રહી. તેના પણ હોઠ બિડાયા. જે તેજ મુંજની આંખમાં હતું તે તેની આંખમાં પણ આવ્યું. જે સામંતો પાસે આવ્યા હતા તે તૈલપ તરફ વારાફરતી જોતા ઊભા રહ્યા. કોઈની મગરૂર નહોતી કે મુંજની પાસે આવે.

'શરમ છે.' તૈલપે હોઠ પીસી કહ્યું, 'કે આમ જોયા કરો છો. અકલંકચરિત ! તારામાં પણ પાણી નથી ?'

કુંવર ને પેલા સામંતો મુંજનો હાથ પકડવા આવ્યા. ભિલ્લમ તબિયત વાળી મૂંગે મોંએ ઊભો રહ્યો.

'આવો ! ડરો છો શું કામ ?' મુંજે હસીને કહ્યું અને જેવા પેલા સામંતો તેને પકડવા આવ્યા કે તેમને સહેલાઈથી વિખેરી નાખ્યા.

રાજસભામાં કોલાહલ થઈ રહ્યો. માનભંગ થયેલો તૈલપ બીજા સામંતોને કહેવાં લાગ્યો : 'શું જુઓ છો ?'

આઠ-દશ બીજા સામંતો તૂટી પડ્યા ને મુંજના હાથ પકડ્યા. જે હાથ મૃણાલે ડમાવ્યો હતો, તેમાંથી કાચું માંસ નીકળ્યું. મૃણાલે તે જોયું અને નિસાસો નાંખી આંખો મીંચી, બીજી પળે તે પણ ઊભી થઈ ગઈ.

મુંજને પકડવો એ એક વાત હતી; તેને વાંકો વાળી તેના પાસે પગ ધોવડાવવા એ બીજી વાત હતી. પર્વતના શિખર સમો, બધાથી ઊંચો, અણનમેલો તે થોડી વાર ઊભો રહ્યો અને પેલા સામંતોના પ્રયત્ન નિષ્ફળ જવા લાગ્યા. આખરે તેઓએ એને ઘસડવો શરૂ કર્યો.

મુંજમાં અદ્દભુત જોર હતું અને પહેલાં તો તે સહેલાઈથી હસીને બધાને હંફાવવા લાગ્યો, પણ આખરે તો ઊભો રહી શક્યો નહિ. તૈલપના મુખ પર ક્રૂરતાભર્યું હાસ્ય દીપી રહ્યું.

એકદમ મુંજ પડતું મૂકી ધસ્યો અને અચાનક ધસારાથી જે સામંતો ખેંચતા હતા તેમના હાથ છૂટી ગયા. ઝારી લઈ ઊભો રહેતો સામંત આ ખેંચતાણની ગમ્મત નિશ્ચિંત જીવે ઊભો-ઊભો જોતો હતો. મુંજ ધસ્યો અને નીચું માથું કરી તેણે ખભા વતી ઝારીને ધક્કો માર્યો. સામંતના હાથમાંથી ઝારી ઊછળી અને પાસે ઊભેલા તૈલપરાજ પર પડી અને એના આખા શરીર ઉપર પાણીની ધારા ચાલી રહી.

આ બધું એક વિપલમાં થયું. મુંજને ઝાલી રહેલા સામંતોએ અજાયબીમાં હાથ છોડી દીધા; તૈલપ પડતો મુકુટ સાચવી રહ્યો ને મુંજ એકલો નિરાંતે ઊભો-ઊભો ખડખડાટ હસી રહ્યો.

મૃણાલ બારણાના ઉંબરા ઉપર આવી ઊભી રહી.

તૈલપનો દેખાવ હાસ્યજનક હતો, તેના ગૌરવનો નાશ થયો હતો. તેણે હોઠ કરડ્યો; એક બરાડો માર્યો અને મ્યાનમાંથી તલવાર કાઢી.

એક સો તલવાર બહાર નીકળી ને મુંજની આસપાસ લોહીતરસી તલવારોની ઘટા છવાઈ રહી. નીડરપણે મુંજ ઊભો રહ્યો. બધી તલવારની ધારોનો જવાબ તેની આંખના તેજની ધારો દેતી.

'દુષ્ટ ! હવે જોઈ લે ! મારો એ હરામખોરને !' તૈલપે હુકમ કર્યો.

તલવારનો ખણખણાટ થયો – મુંજ ગર્વથી જોઈ રહ્યો.

એકદમ એક અવાજ ગાજી રહ્યો : 'આ શું કરો છો ?'

ક્રોધથી જ્વલિત થયેલી જગદંબાના જેવી દેખાતી મૃણાલવતીએ તૈલપની પાસે કૂદી આ શબ્દો ઉચ્ચાર્યા હતા. તેની આંખોમાં નિઃસીમ સત્તા ચમકતી હતી. તેના અવાજમાં યુદ્ધની હાકલનો રણકાર હતો.

તૈલંગણ આખો આ અવાજથી કંપતો હતો. તે અવાજ સુણી સામંતોની સમશેરો નીચી નમી. તૈલપ પોતે શરમિંદો થઈ ગયો.

'શું કરો છો ?' ગુસ્સામાં મૃણાલે કહ્યું. તેની છાતી ઊછળતી હતી. 'શરમાતા નથી ? એક નિ:શસ્ત્ર નરેશ પર શસ્ત્ર ચલાવવા તૈયાર થયા છો ! આખા તૈલંગણને કલંકિત કરવા તૈયાર થયા છો ? તૈલપરાજ ! આ તને શોભતું નથી. તારા ધર્મરાજ્યમાં આ ?'

બધા સાંભળી રહ્યા. મુંજ મૂછમાં હસ્યો.

'જાઓ, સભા વિસર્જન થઈ ગઈ. મુંજને માટે પછી યોગ્ય વિચાર કરવામાં આવશે. ચાલ ભાઈ !' કહી તે તૈલપના સામે જોઈ રહી.

તૈલપે જરાક રોષથી મૃણાલ સામે જોયું. પણ બે પળમાં મૃણાલનું સામ્રાજ્ય કાયમ થયું અને નીચું માથું કરી તે તેની જોડે ચાલ્યો ગયો.

૨૧

ભાઈ ને બહેન

'બહેન ! આ શું કર્યું ?' અંદર જઈ તૈલપે પૂછ્યું.

'તારી કીર્તિ સાચવી,' મૃણાલે કહ્યું, 'રાજાઓનાં શરીર યુદ્ધ સિવાય અસ્પર્શ્ય છે.'

તૈલપ મૂંગો રહ્યો.

'એ પાદપ્રક્ષાલન નહિ કરે તો એને બીજી શિક્ષા કરવી આપણા હાથમાં છે.'

'આ દુનિયા મારી હાંસી કરશે.'

'ના ! તારી નિષ્કલંક રાજનીતિની કીર્તિ ગાશે. આટલા અપમાન છતાં તું સત્યને વળગી રહ્યો એથી વધારે કયા યશની આશા રાખે છે ?'

તૈલપે ડોકું ધુણાવ્યું.

થોડી વાર કોઈ બોલ્યું નહિ. તૈલપે કહ્યું : 'ત્યારે એનું શું કરવું છે !'

'બીજું તું કહે તે.'

'કાષ્ઠપિંજરમાં એને રખાતો નથી, એને મરાતો નથી; એનું કરવું શું ?'

'હમણાં તો કારાગૃહમાં છે, પછી જોઈ લઈશું. ઉતાવળ ક્યાં છે ?'

'મને કંઈ સમજ પડતી નથી.' કહી ફરીથી ડોકું ધુણાવી તૈલપે ચાલવા માંડ્યું.

'પડશે-પડશે.' કહી મૃણાલે આશ્વાસન આપ્યું.

રાજા ત્યાંથી ચાલ્યો ગયો, એકલી મૃણાલ વિચારમાં ઊભી રહી. તેનું હૈયું હરખાતું હતું. તેણે મુંજને મરતો બચાવ્યો હતો. તેની કલ્પનાશક્તિના

બંધ ફરીથી તૂટ્યા – અને પળે-પળે મુંજના સ્વરૂપે જે મોહકતા ધારણ કરી હતી તે ફરીથી આંખ આગળ લાવવા તે મથી રહી. આંખો મીંચી આ રસિક પ્રયત્ન તેણે આદર્યો અને પ્રયત્ન સફળ થતાં જરા તે હસી અને છાતી દાબી ત્યાંથી ચાલી ગઈ.

✳

માનભંગ થયેલા તૈલપે ક્યાં સુધી એકાંતમાં આમતેમ ફર્યા કર્યું. તેના ગર્વને મોટો ફટકો પડ્યો હતો. તેની સ્થિતિ ઘણી જ તિરસ્કારને પાત્ર થઈ રહી હતી એ પણ નિર્વિવાદ વાત હતી. આખો તૈલંગણ તો શું પણ આખી દુનિયા આ પાદપ્રક્ષાલન વીસરવાની નથી; અને તેમાં વિદૂષક પોતે ઠરશે એમાં પણ તેને કંઈ સંશય લાગ્યો નહિ.

તેને મૃણાલવતી આમ કેમ કરતી હતી તે સમજાયું નહિ. મુંજ તેનું આવું અપમાન કરે અને મૃણાલ તેને બચાવે ! તેની બહેનમાં તેને શ્રદ્ધા હતી: તેને પણ મુંજ માટે સંપૂર્ણ તિરસ્કાર હતો. ક્યાંય સુધી તેણે વિચાર કર્યો પણ કંઈ સમજાયું નહિ.

૨૨

વિલાસનું સ્વાસ્થ્ય

પુરુષ અને સ્ત્રીને પ્રેમની પરવા ન હોય તો સહજીવન ન કરવું – બે વિષયમાં: એક કાવ્યસેવામાં અને બીજું સંગીતમાં. કાવ્યસંગીતનો સહચાર વિમાનની ગરજ સારે છે, ને સહચારીઓ વગર દોરીએ વ્યોમમાં ચડી – એકબીજાને આધારે ઊડતાં – ન છૂટે એવા એકાંતમાં ભેરવાઈ પડે છે. વિલાસ ને રસનિધિ આ વાત વીસરી ગયાં.

રસનો સ્વાદ ચાખતાં વિલાસની તરસ વધતી ગઈ. અને રસનિધિએ અખૂટ રસધારા વર્ષાવી તરસ છિપાવવાનો પ્રયાસ કર્યા જ કર્યો.

'માલતીમાધવ'ના તોફાની પ્રદેશમાંથી તેઓ મ્યાલ વદને 'ઉત્તરરામચરિત'ના હૃદયવેધક વાતાવરણમાં વિહર્યાં: અને ત્યાંથી 'શાકુંતલ'ની સોનેરી, મોહભરી મીઠાશનો અનુભવ લેતાં-લેતાં ક્યાં ને ક્યાં ભૂલાં પડી ગયાં. આ મનગમતી મુસાફરીમાં અજાણ બાળા ગાંડીતૂર બની ગઈ ને પળે-પળે ખીલતી રસિકતાથી કાવ્યની અનેક રંગની મોજો મહાલવા લાગી. તેનો આત્મા પણ નવરંગી થયો એટલું જ નહિ, પણ કોઈક પળે તેના તે રસનિધિના રંગનું અનેરું મિશ્રણ અણજાણપણે થવા લાગ્યું.

'પાદપ્રક્ષાલન'ની રાજસભા વીખરાઈ ગયા પછી સાંજના મંદિરમાં બેઠાં-બેઠાં રસનિધિએ 'વિક્રમોર્વશીય' નાટક પૂરું કર્યું.

'હવે શું કરશો ?'

રસનિધિ દયામણે ચહેરે આ બાળા સામે જોઈ રહ્યો; તેની આંખોમાં ઝળઝળિયાં આવવા માંડ્યાં.

'વિલાસવતી ! હવે બહુ થયું. હું કંઈ માન્યખેટમાં રહેવાનો નથી.'

વિસ્મિત બની વિલાસવતી જોઈ રહી; 'તમે ક્યારે જવાના છો ?'

'તમારા મહારાજા રજા આપે તો અત્યારે.'

વિલાસવતીએ નિસાસો મૂક્યો : 'ને પાછા –'

'પાછા ?' રસનિધિએ હોઠ દાબી કહ્યું, 'શંભુ લાવે ત્યારે,' તેની આંખો ચમકી રહી.

વિલાસે ફરીથી નિસાસો મૂક્યો અને ધીમેથી બબડી : 'શિવ ! શિવ !'

'મને પણ ભોળાનાથ સંભારવાનું મન થાય છે. મેં તમારા જીવનને નકામું રસને પંથે ચડાવ્યું. મને પસ્તાવો થાય છે;' કહી અચાનક આવેલું આંસુ રસનિધિએ લૂછી નાંખ્યું.

'તમે કેમ રડો છો ?'

'તમારા લીધે.' હિંમતથી રસનિધિએ કહ્યું.

'મારા લીધે ?' જરા ગૌરવનો ડોળ કરતાં બાળાએ પૂછ્યું.

'અહીંયાં તો બધાં જનાવરો છે. તેમાં તમારું શું થશે ?'

વિલાસનો હોઠ ધ્રૂજ્યો.

રસનિધિ ઊભો થઈ ગયો.

'મારું ચાલે તો –'

વિલાસને અણજાણતાં એક ધ્રુસકું આવ્યું.

'તો –'

'તમને અવંતી લઈ જાઉં.'

આંસુઓમાં તરતી આંખો વિલાસ જોઈ રહી. ત્રણ દિવસમાં આ પુરુષને જાણે તે પહેલેથી જ ઓળખતી હોય એવો ભાસ થતો હતો.

વિલાસવતી જમીન તરફ જોઈ રહી; રસનિધિ સ્નેહભીની આંખે વિલાસ તરફ જોઈ રહ્યો.

થોડી વાર કોઈ બોલ્યું નહિ.

'કેમ અલ્યા, શું કરે છે ?' એક કઠોર અવાજ પાછળથી આવ્યો.

બંને ફર્યાં : કુંવર અકલંકચરિત મંદિરનાં પગથિયાં નીચે યમરાજ સમો

ભયંકર બની ઊભો હતો. તેણે કંઈ સાંભળ્યું નહોતું, પણ માત્ર રસનિધિની સ્નેહભીની મુખમુદ્રા જોઈને જ તેનો પિત્તો ઊછળ્યો હતો.

રસનિધિએ જોરથી હોઠ દાબ્યા ને ચિત્ત ઠેકાણે આણ્યું. વિલાસ બાવરી બની ગઈ.

ઘૂરકતે ડોળે કુંવર જોઈ રહ્યો; અનિમિષ નયને રસનિધિએ પણ તેના તરફ જોયા કર્યું.

'શું કરે છે ?' અકલંકચરિતે પૂછ્યું.

'તમે જુઓ છો હું શું કરું છું !' જરા સખ્તાઈથી રસનિધિએ જવાબ દીધો.

'મેં નહોતું કહ્યું કે આ મંદિર તારે માટે નથી ?'

'હું મંદિરમાં નહોતો આવ્યો. મહાસામંતની કુંવરીને મળવા આવ્યો હતો.'

કુંવરે હોઠ કરડ્યો : 'શા માટે ?'

'મને મન થયું. મારાં પ્રાણરક્ષકની પુત્રી છે, એને મળવું જ જોઈએ.'

કુંવરને શું કહેવું તે સૂઝ્યું નહિ.

'વિલાસવતીની તપશ્ચર્યામાં ભંગ પાડવાનો નથી. ચાલ ! તું તારે રસ્તે ચાલવા માંડ.'

રસનિધિ હસ્યો : 'તમારા પિતા રજા આપે તો આ ઘડીએ.'

'ચાલ હવે, જા !'

'કુંવરીને લઈને જઈશ, લક્ષ્મીદેવી એને બોલાવે છે.'

'વારુ ! હમણાં આવે છે.'

રસનિધિએ જોયું કે હવે ઘણી વાર ઊભા રહેવું સલાહભરેલું નથી. તે ધીમો-ધીમો પગથિયાં ઊતર્યો અને ત્યાંથી જવા લાગ્યો.

અકલંકચરિત પગથિયાં ચડ્યો.

'વિલાસવતી ! આવા જોડે વાતો શી કરવી ?'

વિલાસ નીચું જોઈ બોલી : 'માણસ, સારા છે.'

અકલંકચરિતની આંખોમાં નિષ્ઠુર તેજ આવ્યું : 'આવા માણસ જોડે બોલવું એ તૈલંગણની ભાવી સમ્રાજ્ઞીને ન શોભે !'

વિલાસે ઊંચું જોયું, ને એકદમ રડી દીધું. ક્યાં સુધી તેનાં ધ્રુસકાં શમ્યાં નહિ. કુંવર સ્થિર નયને જોઈ રહ્યો. વિલાસનાં આંસુનો પ્રવાહ ઓછો થતો ગયો ત્યારે તિરસ્કારથી અકલંકે કહ્યું : 'આ તારો વૈરાગ્ય ને આ તારું સ્વાસ્થ્ય !'

વિલાસ બોલી નહિ અને શાંતિથી કુંવર ત્યાંથી ચાલ્યો ગયો.

તે ગયો એટલે રસનિધિની વાટ જોતી તૃષાર્ત ચાતકી સમી વિલાસ ચારે તરફ જોઈ રહી.

૨૩

તપની મહાસિદ્ધિ

મૃણાલ સંધ્યાકાળની વાટ જોતી બેઠી.

દુનિયામાં કેટલાંક સુખ સહ્યાં જાય છે. કેટલાંક દુઃસહ થઈ પડે છે; પણ વાલમની વાટ જોતાં થતી વેદના જેવી અસહ્ય વેદના બીજી એકે હોતી નથી. તેમાં આવી વેદના મૃણાલને આ ઉંમરે પહેલવહેલી હતી.

પોતાનું ધાર્યું કરવાની, બીજા પાસે કરાવવાની તેને ટેવ હતી; પણ અત્યારે તે નિરાધાર હતી. છતાં આ નિરાધારીમાં, આ વેદનામાં સમાયેલું સુખ તેણે કદી અનુભવ્યું નહોતું. નવવધૂના ઉત્સાહથી તે સાયંકાળની વાટ જોતી હતી.

સૂર્યાસ્ત થતાં તે ઊઠી અને ધબકતા હૈયાને આશ્વાસન આપતી મુંજને મળવા ચાલી.

કારાગૃહની ચોકી કરતા સૈનિકોએ આ રાજ્યવિધાત્રીને આવતી જોઈ, અને તેઓ દૂર હઠ્યા. પાદપ્રક્ષાલન વખતે થયેલા રમખાણની ખબર આખા માન્યખેટમાં પ્રસરી ગઈ હતી; અને આ તોફાનનો કેમ અંત આવે છે તેની જિજ્ઞાસા બધાંને થતી હતી. સૈનિકો પણ નવાં-નવાં ગપ્પાં મારતા હતા; અને આ પ્રસંગ કંઈ અનન્ય છે એમ તેમને લાગતું હતું. આ કારણથી મૃણાલ અત્યારે મુંજને મળવા આવે તેમાં તેમને કંઈ અજાયબી લાગી નહિ.

મૃણાલે જોયું કે લોકલાજ જાળવવા પોતે શા કારણે અહીંયાં અત્યારે આવી તેનું કંઈ પણ બહાનું આપવું જોઈએ. તેણે ત્યાં ઊભેલા નાયકને પૂછ્યું: 'કેદારદત્ત ! પેલો પાપી કેમ છે ?'

'છે તેમનો તેમ; નિરાંતે ઊંઘે છે.'

'કેવો નઠોર! એ પાપીને કંઈ બોધ કરવો જોઈએ. તૈલંગણની કીર્તિ વધે ને એ નમે તો જ ઠેકાણું પડશે.' કહી તે અંદર ગઈ, તેના અવાજમાં જે નિશ્ચયાત્મકતા હંમેશાં રહેતી તે અત્યારે નહોતી. પોતાને જૂઠું બોલતી જોઈ તેને કમકમાં આવ્યાં.

પણ તે જૂઠાણાનો પશ્ચાત્તાપ લાંબો વખત રહ્યો નહિ. જેવી તે ભોંયરામાં દાખલ થઈ તેવો જ મુંજનો અવાજ આવ્યો : 'કેમ આવ્યાં કે ? મેં નહોતું કહ્યું ?'

મૃણાલનું હૃદય ઘેલું બની રહ્યું. એ અવાજમાં રહેલી મોહિનીથી તે બધું વીસરી ગઈ. ગઈ રાતે અનુભવેલો આનંદ ફરીથી વ્યાપી રહ્યો. તેને ક્ષોભ થયો, તે શરમાઈ ગઈ, ને ધ્રૂજતા હાથો એકમેકમાં રાખી તે ઊભી રહી. પગે આગળ ખસવા ના પાડી.

'મૃણાલવતી !' હસતે મોઢે મુંજે કહ્યું, 'હવે એમ શરમાયે કેમ ચાલશે ! તમારો હવે છૂટકો નથી.'

મૃણાલે ઘણો પ્રયત્ન કર્યો, પણ બોલાયું નહિ. વિચાર સ્થિર થયો નહિ, સ્વસ્થતા આવી નહિ. તેને પોતાના તરફ તિરસ્કાર આવ્યો અને સ્વસ્થતા આણવા કરેલા પ્રયત્ન નિષ્ફળ ગયા.

નયનતેજના સુદર્શનચક્રથી મૃણાલનું રક્ષણ કરતો ધરણીધર સમો પૃથિવીવલ્લભ પાસે આવી ઊભો.

'ગભરાઓ છો શું ? અત્યાર સુધી પ્રેત હતાં – હવે સજીવન થયાં.' કહી તેણે હાથ પહોળા કર્યા.

મૃણાલ ક્ષોભમાં પણ ચમકી અને પાછી હઠી. મુંજે હાથ લંબાવી જોરથી આનાકાની કરતી મૃણાલને બાથમાં ભીડી – ચગદી નાખી.

મૃણાલ – વૃદ્ધાવસ્થાને આરે ઊભેલી ઉગ્ર તાપસી, તરફડતી, ધ્રૂજતી, નાસી જવાની ઇચ્છાથી કાંપતી, આનંદની અવધિ અનુભવતી – ઊભી રહી. મુંજે નીચા વળી ચુંબન કર્યું.

આનંદના મદમાં, પશ્ચાત્તાપના ક્રોધમાં, ક્ષોભની અનિશ્ચિતતામાં તેણે જોરથી છૂટવાનો પ્રયત્ન કર્યો, પણ જાણે તે નાનું બાળ હોય તેમ હસતો હસતો મુંજ તેને બાથમાં પકડી રહ્યો.

'આ શું કરો છો ?' આખરે મૃણાલે કહ્યું.

'મૃણાલવતી ! આનંદ અનુભવું છું ને તેનો અનુભવ કરાવું છું.' કહી તે હસ્યો.

મૃણાલે જોરથી તરફડિયાં માર્યાં, અને મુંજે તેને છોડી. તે કૂદીને આઘી ઊભી રહી.

'તમે મને કલંકિત કરો છો – મને ભ્રષ્ટ કરો છો; મારા તપ પર પાણી ફેરવી નાંખો છો,' ઝપાટાબંધ શ્વાસ લેતાં અડધા અક્ષરે મૃણાલે કહ્યું.

'મૃણાલવતી ! પાછો ઢોંગ કર્યો ? કલંક પાપીઓને હોય, ભ્રષ્ટ અશુદ્ધ હોય તે થાય, નિર્બળ હોય તેના તપ પર પાણી ફરે. આનંદસમાધિ અનુભવતાં કદીયે કલંક નહિ કે ભ્રષ્ટ થવાય નહિ. એ તો તપની મહાસિદ્ધિ ! આનંદની જે અરુચિ તેનું નામ રોગ. હવે તમે રોગથી મુક્ત થયાં – આજ સુધી નહોતાં. બોલો, કદી આવું સુખ અનુભવ્યું હતું ?'

'તમે કેમ જાણ્યું ?'

મુંજ હસ્યો.

'રોગથી મુક્ત હોય તે તરત નીરોગીને પારખે, મૃણાલવતી ! ક્ષણભંગુર જીવનમાં આનંદ અનુભવ્યા સિવાય બીજાને માટે સમય નથી. મને જોયો, પારખ્યો ત્યારે એ તમે સમજ્યાં.'

'મુંજરાજ ! તમે અદ્‌ભુત છો.' જરાક હસીને મૃણાલે કહ્યું.

'ના. માત્ર અનુભવી છું. અને તમને અનુભવ કરાવવા જ મને વિધિએ અહીંયાં મોકલ્યો છે, નહિ તો મને વળી આ કારાગૃહ શા માટે ?' કહી મુંજે ફરીથી હાથ લંબાવી મૃણાલને ખેંચી.

ધીમે-ધીમે મૃણાલ ખેંચાઈને પાછી પૃથિવીવલ્લભની વિશાળ છાતી પર લપાઈ ગઈ.

મૃણાલે કલંકના ખ્યાલ, ક્ષોભ ને પશ્ચાત્તાપ બધા દૂર કર્યા; અનેક વર્ષોની દબાવેલી ઊર્મિઓને આગળ વધવા દીધી.

મુંજ તેવો ને તેવો જ સ્વસ્થ હતો. સિપ્રાતરંગોમાં અવંતીની મદભર સુંદરીઓ સાથે જે રસથી તે વાતો કરતો તેવા જ રસથી વૃદ્ધ અને કદરૂપી તાપસી જોડે તે વાતો કરી રહ્યો.

દૂરથી ચોઘડિયાં વાગ્યાં અને બહાર કોઈનાં પગલાં ખખડ્યાં એટલે મૃણાલને સમય ને સ્થળનું ભાન આવ્યું.

'પૃથિવીવલ્લભ ! હવે મારે જવું જોઈએ.'

'શા માટે ?'

'મારી દાસીઓ જાણશે તો શું થશે ? ને તૈલપરાજ –'

'ભલે જાણે. ક્યાં આપણે ગુનો કરીએ છીએ ?'

મૃણાલે હસતાં હોઠ કરડ્યા : 'તમારી નફ્ફટાઈની હદ નથી.'

'કેમ ?'

'તમને કશાની પરવા નથી.'

'શા માટે હોય ? સેવક હોય તેને પરવા, અધમ હોય તેને પરવા; આપણને શા માટે હોય ? કદી સિંહ કે સિંહણને શરમાતાં જોયાં છે ?'

'તમે ખરેખર પૃથિવી-વલ્લભ છો.'

'તે તો હું તમને ને તમારા ભાઈને ક્યારનો કહ્યા કરું છું.'

'હું તમને પકડી લાવી ને આખરે તો હું જ પકડાઈ.'

'હું જાણતો હતો.'

બહાર કોઈએ બારણાં ઉઘાડવાનો પ્રયત્ન કર્યો.

મૃણાલ કૂદીને પાછી હઠી ને પૂછ્યું : 'કોણ ?'

કેદારદત્ત બારણું ઉઘાડી આવ્યો : 'બા ! મહારાજ આપને બોલાવે છે.'

કૃત્રિમ ગાંભીર્યથી મૃણાલે કહ્યું : 'કહે આવું છું. મુંજ ! મેં કહ્યું તે યાદ રાખજો.'

'તમારે હજુ ઘણું બાકી છે, બનશે તો ફરી મળીશું.' લુચ્ચાઈથી હસતાં મુંજે કહ્યું.

મૃણાલની પ્રેમભીની આંખમાંથી મોહક કટાક્ષબાણ નીકળ્યું. સામે ઊભેલા વિલાસયુદ્ધના મહારથીએ તે ઠંડે પેટે હસતાં-હસતાં ઝીલ્યું.

નીચી નજર કરી, રસધારાઓ ઝીલતા હૃદયે તૈલંગણની રાજ્યવિધાત્રી ત્યાંથી નીકળી.

૨૪

ભોજ

નવા પ્રણયીની ઉત્સાહભરી આંખે તે મૃણાલને જોઈ રહ્યો. તે ગઈ એટલે તે જરા હસ્યો, ફર્યો અને નિરાંતે ઊંઘવા માટે એક ખૂણામાં જઈ લંબાવ્યું. થોડી પળમાં તેની સેવામાં સદા હાજર રહેતી નિદ્રાદેવી તેને પ્રસન્ન થઈ.

થોડી વારે ભોંયમાં કંઈક દૂરથી આવતો અવાજ સંભળાવા માંડ્યો. જાણે કોઈ જમીનમાં ખોદતું હોય તેમ લાગતું હતું. એ અવાજ ધીમે-ધીમે પાસે ને પાસે આવવા લાગ્યો.

મુંજે ધીમેથી આંખ ઉઘાડી ને કાન માંડ્યા; અડધી ઘડીમાં તો સૂતો હતો તેની નીચેના પથ્થર નીચે કોઈ ખોદતું દેખાતું.

મુંજ ત્યાંથી ખસ્યો, અંધારામાં પોતાની મેળે હસવા લાગ્યો. તેના હોઠ તિરસ્કારમાં મરડાયા ! તેને લાગ્યું કે તૈલપ અત્યારે ચોરીછૂપીથી તેનું ખૂન કરવા આ માર્ગે મારાઓ મોકલતો હશે.

'બિચારો તૈલપ ! બીજો કંઈ રસ્તો સૂઝ્યો નહિ.' કહી તે આઘેના ખૂણામાં જઈ તબિયત વાળી શાંતિથી ઊભો.

ઘડી ગઈ ને પથ્થર હાલવા લાગ્યો. બીજી પળે તે ઊંચકાયો અને કોઈએ ડોકિયું કર્યું.

'મહારાજ !'

'કોણ છે ?' શાંતિથી મુંજે પૂછ્યું.

'એ તો હું – ભોજ,' કહી પેલા આવનારે ચકમક ઘસી કાકડો ચેતાવ્યો.

'કોણ, ભોજ? તું અહીંયાં?'

રસનિધિ – 'ભોજ નામે સંબોધેલો પુરુષ તે જ હતો – ભોંય પર કાકડો મૂકી, કૂદકો મારી સુરંગમાંથી મુંજ આગળ આવ્યો, ને મુંજ ભોજને ભેટી પડ્યો : 'દીકરા ! તું ક્યાંથી આવ્યો ?'

રસનિધિ – ભોજ જવાબ આપે તે પહેલાં સુરંગમાંથી ધનંજય અને બીજા બે-ત્રણ કવિઓ કૂદીને બહાર આવ્યા.

'ઓહોહો ! કેમ છે ? ધનંજય ! હલાયુધ ! અગ્નિમિત્ર !' કહી મુંજ તેમને ભેટ્યો.

હલાયુધે ભોંય પર પડેલો કાકડો ઊંચકી ઊંચો ધર્યો.

'કવિરાજો ! આ શું ?'

'મહારાજ ! આપને બચાવવા.' ભોજે કહ્યું.

મુંજ હસ્યો : 'પણ તું આજે સવારે આ કવિવરોમાં ક્યાંથી આવ્યો ?'

'મહારાજ ! લશ્કરમાં ભંગાણ પડ્યું ને આપ પકડાયા એટલે હું વેશ બદલી આ લોકોના વૃંદમાં અહીંયાં આવ્યો.'

'ને મને બચાવવાનો રસ્તો શોધી કાઢ્યો !' મુંજે કહ્યું, 'આવું જોખમ શા માટે ખેડ્યું ?'

'મહારાજ ! આપ વિના અમે કેમ રહી શકીએ ?'

'ગાંડા ! પછી તું ક્યારે રાજ કરશે ?'

'મહારાજ ! મને રાજ્યલક્ષ્મીની તૃષ્ણા નથી.'

'તને મારી નાખવા મોકલ્યો ત્યારે તો તેં બીજું જ કહ્યું હતું.' હેતથી હસીને મુંજે કહ્યું, મને શું કહ્યું છે તે યાદ છે ? –

'નૈકનાપિ સમં ગતા વસુમતી મુંજ ત્વયા યાસ્યતિ'[1]

'તેથી જ મારે ધરણીને અનાથ કરવી નથી. ચાલો.' કહી ભોજે સુરંગ દેખાડી.

---

[1] ભોજને મારી નાખવા જ્યારે મુંજે મારા મોકલ્યા હતા ત્યારે તેણે કટાક્ષમાં કહ્યું હતું કે, 'હે મુંજ ! એક પણ રાજાની સાથે (જે) પૃથ્વી ગઈ નથી (તે) તારી સાથે આવશે ?

'માન્યખેટની બહાર તું લઈ જઈશ !'

'તેની પણ તજવીજ કરી છે. અડધા પ્રહરમાં આપણે અવંતીનો પંથ પકડીશું. હવે ચાલો, વિલંબ કરવો કામનો નથી.'

'શું કામ આ તસ્દી લીધી ?'

'મહારાજ ! આ વાત કરવાનો વખત નથી.'

'શા માટે નહિ ? ઠંડે પેટે મુંજે કહ્યું, 'આવો આનંદ ક્યાં મળવાનો હતો ?'

'પણ કોઈ આવી લાગશે તો પકડાઈ જઈશું.'

'તે તેં કેમ જાણ્યું કે અહીંયાંથી નીકળતાં નહિ પકડાઈએ ? કવિરાજો ! મને તમે કેમ બચાવવાના હતા ?'

'પ્રભો !' ધનંજયે કચવાઈ કહ્યું, 'અહીંયાંથી શહેર બહાર નીકળે એવી સુરંગ હાથ લાગી છે.'

'સુરંગ હાથ લાગે છુટાતું હોય તો જોઈએ શું ? તમે પણ આવી ભ્રમણામાં પડ્યા ? અમાત્ય રુદ્રાદિત્યની ભવિષ્યવાણી ભૂલી ગયા ? તેણે શું કહ્યું હતું ? પૃથિવી-વલ્લભ જીવનમાં એક જ વાર ગોદાવરી ઓળંગશે – બીજી વાર નહિ. હું એક વાર ઓળંગી ચૂક્યો,' સ્વાસ્થ્યથી પૃથિવીવલ્લભે કહ્યું.

'મહારાજ !' ભોજે અધીરા બની કહ્યું, 'ભવિષ્યવાણી તો ભગવાન ભાસ્કરાચાર્યની ખરી નથી પડી. તેને આધારે તે આપથી અહીંયાં રહેવાય !'

મુંજ હસ્યોઃ 'ભોજ ! ભોજ ! તું ઉતાવળિયો જ રહ્યો. હું આજે નહિ આવી શકું.'

ચારે જણા સ્તબ્ધ બની જોઈ રહ્યા.

'અરે, કાલ પહેલાં તો શુંયે થાય !'

'શું થશે ? સૂર્યનો ઉદય ને અસ્ત,' બેદરકારીથી મુંજે કહ્યું.

'પણ આજે વાંધો શો છે ?' ધનંજયે પૂછ્યું.

મુંજ હસ્યોઃ 'મારે અભિસારિકા આદરવી છે.'

'હેં !' ચમકીને ધનંજય ને ભોજ બોલી ઊઠ્યા.

'કેમ ગભરાઈ ઊઠ્યા ? કામબાણને આ કારાગૃહનું અંધારું નડતું હશે ? નહિ, કવિરાજો ! જ્યાં વિશ્વવ્યાપી પરબ્રહ્મ પણ ન પહોંચે ત્યાં એ બાણો ત્રાસ

વર્તાવે છે – ભૂલી ગયા ?'

ભોજ કચવાઈ હોઠ કરડી રહ્યો. ધનંજય પૃથિવીલ્લભની બેદરકારી જોઈ અંજાઈ રહ્યો.

'મહારાજ !' તેણે હસીને કહ્યું, 'અહીંયાં કોણ મળ્યું ?'

'તૈલંગણની મહાતપસ્વિની, તૈલપની બહેન !'

'શું કહો છો ?' ધનંજયે પૂછ્યું.

ભોજને કંપારી આવી. હલાયુધ ને અગ્નિમિત્ર વિચાર કરવા લાગ્યા કે આ સ્વપ્ન હતું કે સાચું.

'ખરી વાત, તે બિચારી વિરહાગ્નિમાં બળી મરે છે.'

'મહારાજ !' ભોજથી ન રહેવાયું, 'આ વખત તો મહેર કરો – અમારા પર નહિ તો અવંતી પર.'

ભોજનો ક્રોધ જોઈ મુંજ હસ્યો: 'બેટા ! જીવ છોડાય – કંઈ અભિસારિકાને દીધેલાં વચનો તોડાય ? તું હજુ કાચો છે.'

પેલા ચારે એકબીજા તરફ જોઈ રહ્યા. તે મુંજને ઓળખતા હતા. તે જાણતા હતા કે તે નિશ્ચલ હતો.

'ત્યારે કાલે ક્યારે ?'

'મધ્યરાત્રિએ.'

'મહારાજ ! એક દિવસમાં કંઈનું કંઈ થઈ જાય તો ?' ભોજે છેલ્લો પ્રયત્ન કર્યો.

'થવા દે. તેમાં શું થયું ?'

ભોજ થાક્યો. આનો જવાબ શો આપવો તે જડ્યો નહિ. તેણે નિસાસો મૂક્યો.

'ઠીક ત્યારે. જીવતા રહીશું તો કાલે મધરાતે.'

'મને ને મૃણાલને બેને લઈ જવાની તૈયારી કરજો.'

આ શાંતિ તે સહી શક્યા નહિ. એક શબ્દ પણ બોલ્યા વગર ચારે જણા સુરંગમાં પાછા પેઠા.

સુરંગને મોઢે પથ્થર ઢાંકી પૃથિવી-વલ્લભ તેના પર સૂતો. થોડી વારે તે નિદ્રાવશ થઈ ગયો.

પેલી તરફ સુરંગમાંથી ભોજ ને કવિઓ કચવાતા કચવાતા બહાર આવ્યા.

'કવિરાજ !' ભોજે કહ્યું, 'આ તે કોઈ માણસ છે ?'

'ના, દેવ છે.'

'મેં તો ગુસ્સામાં કહ્યું હતું કે પૃથિવી આની સાથે આવશે ! પણ એ તો 'જરૂર આવશે જ' એમ માની બેઠા છે.'

'એ જ એની ખૂબી છે,' કહી થાકેલો ધનંજય ભોંય પર બેસી ગયો.

૨૫

મુંજ

યુવાવસ્થામાં પ્રણય નિઃસ્વાર્થ ને શુદ્ધ હોય છે. આધેડ વયમાં ક્ષમાશીલ ને ડહાપણભર્યો હોય છે. ઊતરતી વય તેને માટે નથી. અને તેમાં જો એ અતિથિ આવે તો તેનામાં આ ચારેમાંથી એકે ગુણ જડતો નથી.

એ પ્રણય દબાયેલી લાગણીનું અસ્વાભાવિક તોફાન હોય કે અત્યંત વિષયી સ્વભાવની લાલસાનું પરિણામ હોય ! મૃણાલવતીનો પ્રણય આવા કોઈ પ્રકારનો હતો. તેને એક જ વસ્તુની પરવા હતી – પોતાના તોફાની હૃદયને સંતોષ આપવાની. તેનામાં સુકોમળ, બિન-અનુભવી બાલિકાની કલ્પનાશક્તિ અને અજ્ઞાનતા નહોતાં; અને તેથી તેવી બાળા એક પ્રણયીને પૂજે, તેની મૂર્તિને માનસિક અર્ઘ્યે આરાધે, તેના આચારવિચારના મનનમાં જ તલ્લીન થઈ રહે, તેવું કંઈ તેને થતું નહિ. વિષયતૃપ્તિથી ડાહી થયેલી સગવડ અને શાંતિ સેવતી મધ્યા જે સ્નેહથી પ્રણયીને નીરખે, તેની સેવામાં આનંદ માને – એવું પણ કંઈ તેને થયું નહિ.

મૃણાલમાં બાર વર્ષની નવોઢાનું અજાણપણું હતું, સત્તર વર્ષની રસિકાનો અસંતોષ હતો, પ્રૌઢાથી પણ વધારે મસ્તી હતી, વૃદ્ધાનું કલ્પનાહીન, અનુભવી, સ્વાર્થી મગજ હતું. બ્રહ્મચારિણીનું શરીરબળ હતું, ને ઉગ્ર તાપસીની કાર્યસાધકતા હતી. કોઈ દેવપદથી પડેલી દુર્ગા મદમસ્ત જાનવરનું સ્વરૂપ લઈ કદી ન અનુભવેલી એવી લાલસા સંતોષવા અવતરી હોય એવું તેનામાં લાગતું હતું.

તે આનંદમાં હતી, હવામાં ઊડતી હતી. તેના બાહોશ મગજમાં

નિર્ણય થઈ ગયો હતો; મુંજ જીવનભર કેદી રહેવાનો. તેની ઇચ્છા થતાં તૈલપ તેને સુઘડ કારાગૃહ આપશે; પછી મારા પ્રેમની આડે કોણ આવી શકે એમ છે ?

તેણે પોતાની લાગણીઓને 'પ્રેમ' શબ્દની સંજ્ઞા આપી હતી. આ તેનો 'પ્રેમ' પણ તેના સ્વભાવને લાયક હતો. જેમ મહત્ત્વાકાંક્ષા સાધવા પૃથિવી- વલ્લભને જીત્યો હતો તેમ લાલસા સંતોષવા અત્યારે તેણે મુંજની જીત કરી – એક અવંતીનાથના પ્રતાપથી ઉદ્ભવી હતી, બીજી તેના અપ્રતિમ સૌંદર્યથી; ને બંને ઇચ્છા તે પ્રતાપી નરેશને કેદમાં રાખ્યે સંતોષાશે એવું તેને લાગ્યું.

તે આત્મસ્તોત્રનું ગાન કરવામાં વીસરી ગઈ કે એના અને મુંજના પ્રણયપ્રકરણમાં મુખ્ય પાત્ર-વિજેતા કોણ હતું. તેણે ધાર્યું કે તે પોતે હતી.

રાત વીતી ને તે ઊઠી, અને પાછા જઈ મુંજનું મુખ જોઈ આવવાનું તેને મન થયું. તે ત્યાંથી નીકળી કારાગૃહમાં ગઈ.

તેને આવતી જોઈ રખેવાળને બિચારા કેદી ઉપર દયા આવી. તેને લાગ્યું કે આ ભયંકર રાજવિધાત્રી આટલી વખત મુંજની પાસે આવે છે તેનું પરિણામ જરૂર એ જ આવવાનું કે તે કમોતે મરવાનો. મૃણાલનો સ્વભાવ ને રાજનીતિ એવાં ક્રૂર મનાતાં કે તે મળવા આવે તેમાં ક્રૂરતા સિવાય કોઈ મુદ્દો હોય એમ સંભવી શકે એમ નહોતું.

મૃણાલને જોતાં ઊગતા સૂર્યનાં કિરણ સમાં કિરણો મુંજની આંખમાંથી ફૂટ્યાં. થોડી વાતચીત થઈ, નયનો સામસામાં નાચી રહ્યાં ને મુંજે વાત કાઢી : 'સારું થયું આવ્યાં તો,' કહી મુંજે હેતથી મૃણાલને ખભે હાથ મૂક્યો.

'કેમ ?'

'હું વિચાર કરતો હતો કે આવું ચોરીછૂપીથી જીવન કેમ નિભાવાશે ?'

'બીજો રસ્તો શો ? થોડા વખત પછી કંઈ રસ્તો સૂઝશે.'

'આપણે તે કંઈ બાળક છીએ કે વખત જવા દેવાય છે ?' કહી મુંજ હસ્યો 'તમને પળિયાં આવ્યાં; મનેય પચાસ થશે.'

'શું કહો છો ? મેં તો ધાર્યું હતું કે –'

'કે હું ઘણો નાનો છું, કેમ ?'

'હા. નથી એક વાળ ધોળો થયો, ને નથી એક કરચલી પડી કપાળે તમે તો અદ્ભુત છો.'

'જેવું મન, તેટલી ઉંમર,' મુંજે કહ્યું, 'તમે અહીંયાં જંપીને સુખ મહાલવાનાં નથી.'

'કેમ ?'

'હું દેશનો દુશ્મન છું. તમારો ભાઈ મારો દુશ્મન છે. તમને બધા તપસ્વિની ગણે છે, ને તમે અહીંયાં રાજમાતા જેવી પદવી ધારો છો. અહીંયાં લોકો તમને જીવતાં નહિ છોડે.'

'અહીંયાં મને કોણ પૂછે છે ?'

'જ્યાં વાત બહાર પડી કે તમે તપસ્વિની નથી એટલે તમને પૂછી તો શું પણ કરડી ખાશે !'

મૃણાલ મૂંગી રહી. મુંજે હેતથી પોતાનો હાથ તેના ખભા પર નાંખ્યો ને જવાબની વાટ જોતો ઊભો રહ્યો.

'ત્યારે રસ્તો શો ?'

'એક તો એ કે તમે મારો વિચાર કરવાનું છોડી દો, ને પાછો તમારો આડંબર શરૂ કરો.'

મૃણાલ મદભરી આંખે તેના સામે જોઈ રહી. તે સ્પષ્ટ રીતે જવાબ દઈ રહી કે એ રસ્તો લેવો એ બની શકે એમ હતું જ નહિ.

'એ ન બને તો તૈલપના સિંહાસન પર તમે ચઢી જાઓ.' જાણે ઘણી જ નજીવી વાત હોય તેમ મુંજે કહ્યું.

'હાલ તેવું જ છે ને.'

'કોણ કહે છે ? સિંહાસનની પડખે ઊભા રહેવું ને તેના પર ચઢીને બેસવું તેમાં તો આસમાન-જમીનનો ફેર.'

'તે કેમ બને ?' મુંજ શું કહેવા માગે છે તે ન સમજાતાં મૃણાલે પૂછ્યું.

'તૈલપને મારી નાખો,' ટાઢે પેટે પૃથિવી-વલ્લભે કહ્યું.

ચમકીને મૃણાલ પાછી હઠી : 'એ કેમ બને ?'

'ઘણી જ સહેલાઈથી. મને રાતે એની પાસે લઈ જાઓ. બે પળમાં એ સ્વધામ શોધવા જશે,' મીઠે અવાજે મુંજે કહ્યું.

'અરે ! પણ એ તો મારો ભાઈ – મેં મારા દીકરા તરીકે ઉછેર્યો છે; એને કેમ મરાય ?'

'ત્યારે ત્રીજો રસ્તો એથી પણ અઘરો છે.'

'શો ?' મૃણાલે પૂછ્યું.

'તમે ચાલો મારી સાથે. તમને લઈ જઈ હું અવંતીનાં સમ્રાજ્ઞી સ્થાપીશ.'

મૃણાલ ચમકી. મુંજની ભયંકર, અશક્ય જેવી વાર્તાએ તેને દિંગ જેવી કરી દીધી હતી.

'શું કહો છો ?'

હસીને મુંજે ચુંબન કર્યું, ને ધીમેથી મૃણાલની એક સફેદ લટ ઊંચી કરી.

'મહાકાલેશ્વર ભગવાનની છાયામાં જ પૃથિવીનું મહાપ્રતાપી સિંહાસન છે. તેના પર અત્યાર સુધી હું એકલો હતો, પણ હવે આપણે બે બેસી શકીશું.'

'પણ હું – તૈલપની બહેન –'

'હા. તૈલંગણના સિંહાસન કરતાં એ એક જ સિંહાસન વધારે પ્રતાપી છે – તે અવંતીનું. તૈલપની બહેન ત્યાં જ શોભે.'

'પણ –'

'ત્યારે ચોથો રસ્તો અહીંયાં આમ ને આમ રહેવાનો છે. તેમાં મને કંઈ નથી, પણ લોકો તમને શું કહેશે ? ન રહ્યાં પૂરાં તપસ્વિની ને ન લૂંટાયો અભંગ આનંદ; ન રહ્યાં ઘરનાં ને ન રહ્યાં ઘાટનાં,' કહી બેદરકારીથી મુંજ જરા આઘો ગયો.

મૃણાલે જોયા કર્યું. તેને આ તેજસ્વી પુરુષ વિના જીવવું અશક્ય લાગ્યું. ધીમેથી તેણે તેના મુખની રેખાએ રેખા નજરમાં ઘાલી. આ પુરુષને પોતાનો કરવા માટે જે કર્યું હોય તે ઓછું હોય એમ તેને લાગ્યું.

'કેમ શો વિચાર ?' મૃણાલના ખભા પર હાથ મૂકીને તેને પાસે ખેંચતાં થોડી વારે મુંજે પૂછ્યું.

એકદમ મૃણાલને ઉમળકો આવ્યો. તેણે મુંજના બે હાથ પકડ્યા:

'પૃથિવીવલ્લભ ! તમે ગાંડી કરી નાખી છે; બોલો, શું કરું ? મારા ભાઈને મારાથી નહિ મરાય, પણ અવંતી જઈએ.' તેની છાતી ઉમળકાથી ઊછળતી હતી.

'આજે રાતે.'

'આજે રાતે ? ચકિત થઈ મૃણાલે પૂછ્યું, 'તે કેવી રીતે ?'

'બરોબર મધ્યરાત્રિએ અહીંયાં આવજો. અહીંયાંથી જવાનો માર્ગ મળશે.'

'પણ કેવી રીતે ?

'જો કામદેવને માર્ગ જોઈએ તો કારાગૃહ તે કંઈ રોકી શકે ?' કહી મુંજે ફરીથી ચુંબન કર્યું ને મૃણાલને પોતાની છાતી સરસી ચાંપી.

થોડી વારે મૃણાલ છૂટી પડી: 'પણ અવંતીમાં તમારી પટરાણી હશે ને ?'

મુંજ ખડખડ હસ્યો: 'મારા હૃદયમાં વસે તે પટરાણી.'

મૃણાલ પાછી મુંજને વળગી પડી.

'ત્યારે આજે રાતે જરૂર !' મુંજે કહ્યું.

'જ્યારે પૃથિવીનો વલ્લભ કહે ત્યાં કોઈથી ના કહેવાઈ છે ?' કહી મૃણાલ ગઈ.

૨૯

લક્ષ્મીદેવીની રજા

બીજે દિવસે સવારના રસનિધિએ લક્ષ્મીદેવીને ખોળી કાઢ્યાં. તે અસંતોષની મૂર્તિ જેવી એક તરફ રસનિધિનું કાવતરું પોષવામાં ને બીજી તરફ મહાસામંતમાં અસંતોષનું ઝેર પ્રસારવામાં મશગૂલ રહી હતી.

રસનિધિ આવ્યો એટલે લક્ષ્મીદેવી તેની પાસે આવ્યાં.

'કેમ રસનિધિ, હજુ અહીંયાં ?'

'આજે રાતે,' ચારે તરફ નજર નાખી રસનિધિએ કહ્યું.

'કાલે શું મુહૂર્ત નહોતું ?' તિરસ્કારથી લક્ષ્મીદેવીએ પૂછ્યું.

'એણે ના પાડી.'

'કોણે – પૃથિવી –'

'હા.'

'કેમ ?' ચકિત થઈ મહાસામંતની સ્ત્રીએ પૂછ્યું.

રસનિધિ જરા હસ્યો : 'એમને કારાગૃહમાં બેઠાંબેઠાં કામબાણ વાગ્યાં છે.'

'હેં !'

'કોઈને કહેશો નહિ –' રસનિધિએ કહ્યું, 'તમારાં મૃણાલવતી મહારાજા પર ગાંડાં થઈ ગયાં છે.'

જેમ અંધારામાંથી નીકળી એકદમ ઉજાસમાં આવતાં માણસ આંખો પટપટાવે તેમ પહેલાં તો લક્ષ્મીદેવીએ આંખો ઉઘાડબીડ કરી ને પછી પૂરી સમજ પડતાં ખડખડાટ હસી પડી. ક્યાંય સુધી તે હસવું ખાળી શકી નહિ. 'શું કહે છે ?' આખરે હસવાથી આવેલાં આંસુ લૂછી તેણે પૂછ્યું.

'ખરી વાત. આજે એ પણ સાથે આવશે.'

'ચાલો, બહુ સારું: ને તું પણ વિલાસને સાથે લઈ જાય છે?' જરા હસીને લક્ષ્મીદેવીએ કહ્યું.

રસનિધિ ચમક્યો: 'તમે જાણો છો?'

'હા, તું છાનું રાખે તેથી શું મારાથી વાત અજાણ રહે?'

'તમે રજા આપો છો?'

'નહિ તો હું મૂંગી બેસી રહું? અહીંયાં સડે તેના કરતાં ત્યાં શું ખોટું?'

'એટલે કે તૈલંગણની ગાદી નહિ મળે –'

'લુચ્ચા, મને છેતરવા માગે છે? તૈલંગણ નહિ તો અવંતી; કંઈ હરકત નહિ.'

'દેવી! ક્ષમા કરો.' રસનિધિએ – ભોજે – કહ્યું – કાકા છે એટલે પ્રભુ જાણે મારો વારો ક્યારે આવે; પણ મારા હૃદયની સમ્રાજ્ઞી તો થઈને રહેશે.'

'મારે એટલું જ જોઈએ છે. બેટા, જા વિજય કર!'

'પણ વિલાસને હમણાં કહેશો નહિ, નહિ તો એના બાપને કે કોઈને કહી દેશે.'

૨૭

મૃણાલે રસ્તો કાઢ્યો

મૃણાલવતી અસ્થિર ચિત્તે વિચાર કરી રહી, પણ કંઈ નિશ્ચય પર આવી શકી નહિ. મુંજે તેને બળજોરીથી હા કહેવડાવી હતી; તેણે રાતે અવંતી જવાનું વચન આપ્યું હતું. મુંજની મોહક આંખોની નજર બહાર થતાં, આ વચન તેને રુચ્યું નહિ. તેનું માન, તેનું ગૌરવ, વર્ષોના રચેલા મહત્ત્વાકાંક્ષાના કિલ્લા, અત્યાર સુધી સત્તા મેળવવા આદરેલા મહાપ્રયત્નો – આ બધાંના આ વચનથી ચૂરેચૂરા થઈ જતા હતા.

તે વૃદ્ધ હતી, તેનામાં ડહાપણ હતું, તે જોઈ શકી કે મુંજ તેને આંખની પલકમાં રમાડી જાય તેવો ઉસ્તાદ હતો. તેની સાથે તેના રાજ્યમાં જાય એટલે પોતે નિરાધાર બને એમાં તો કંઈ સંશય હતો જ નહિ.

આ નિરાધારીના ભયંકર અનુભવની ઝાંખી થતાં તેને કમકમાં આવ્યાં. તે આવી તપસ્વિની – આવી રાજ્યવિધાત્રી – આવી અવની કંપાવતી મહામાયાની એક પળમાં આવી નિરાધારી !

પણ મુંજનો મોહ પણ તેને ભયંકર હતો, તેના વિના એકલા રહેવાની તેનામાં હિંમત નહોતી; તેના વિના બે દિવસમાં સરજાયેલી રસસૃષ્ટિનો વિનાશ થશે તેની પણ તેને ખાતરી હતી. તે મુંજ માટે જ સરજાયેલી હતી, અત્યાર સુધી તેને જ માટે નિર્જીવ જીવનના શુષ્ક અરણ્યમાં તે રખડતી હતી. હવે તેને હાથથી કેમ જવા દેવાય ? પોતાની મેળે આ નવી રસસૃષ્ટિને આગ કેમ લગાડાય ?

મુંજ નિશ્ચલ હતો. પોતે નહિ જાય તોપણ એ તો જવાનો; અને સદાને માટે તે એકલી-અટૂલી બની જવાની. પછી જીવવું શા કામનું ? પછી સત્તા

હોય તેને પણ શું કરવી હતી? પછી મહત્ત્વાકાંક્ષા સિદ્ધ ન થઈ તોપણ શું? આ સ્થિતિ તેને નિરાધારી કરતાં પણ વધારે ભૂંડી લાગી.

તો શા સારુ સત્તા ને મહત્ત્વાકાંક્ષા પર પૂળો ન મૂકવો? તેમાં ક્યાં સુખ કે ક્યાં શાંતિ સમાયાં હતાં? એકલતા કરતાં નિરાધારી શી ખોટી?

તે નિશ્ચય પર આવવા લાગી – અવંતી જવું તેમાં જ ઓછું દુઃખ સમાયું હતું. તેના મનની અનિશ્ચિત સ્થિતિનો અંત આવવા લાગ્યો. એક વિચાર આવ્યો, અને તેનું હૃદય વજ્રના પંજામાં પકડાયું: મુંજ જુવાન હતો: સુંદર હતો, રસિક હતો; સ્ત્રીઓને વશ કરવાની વિદ્યામાં પ્રવીણ હતો : તેની વાત પરથી તેણે અનેક હૃદયોને રીઝવ્યાં ને રંજાડ્યાં હશે એમ જણાતું હતું. તે સૌંદર્યભક્ષી હતો. પોતે વૃદ્ધ, કદરૂપી, નીરસ, રસશાસ્ત્રથી અજ્ઞાત ને લલિતકળાઓની કટ્ટી વેરી હતી. પોતાનો ને મુંજ વચ્ચેનો સંબંધ ક્યાં સુધી પહોંચશે? વિચાર ભયંકર, ત્રાસદાયક, હૃદયભેદક હતો. કઈ દોરીએ આ સંબંધ સંધાયો હતો! નહોતું સૌંદર્યનું આકર્ષણ, નહોતી રસજીવનમાં સહકાર કરવાની શક્તિ, નહોતો બાળપણનો શ્રદ્ધાળુ પ્રણય; માત્ર એ બે વચ્ચે કાચી દોરી હતી. પોતે મુંજનાં કીર્તિ ને સૌંદર્ય પર મોહી હતી; તેના પ્રભાવશીલ, સત્તાશીલ સ્વભાવ પર મોહી હતી. આ તેનો મોહ કેટલી વાર ટકશે? કેમ ટકશે? અવંતી જતાં પોતાના પ્રભાવની પૂર્ણાહુતિ થશે, પોતાની સત્તાનો નાશ થશે. અત્યારે જ તેનાં પ્રભાવ ને સત્તા પૃથિવીવલ્લભના પગનાં તળિયાં નીચે કચરાતાં હતાં. પછી – પછી શું?

એક સંશય ખરાપણાનું સ્વરૂપ પકડવા લાગ્યો: મુંજે માત્ર ક્ષણિક આનંદ માટે વશ કરી હતી. એ પ્રમાણે અનેકનું તે કરતો હોવો જોઈએ; તો કારાગૃહમાંથી છૂટતા નવયૌવનભર્યા મોહક સંસારમાં એને જોઈતી રસિક સુંદરીઓ કેમ નહિ સાંપડે? પછી શું?

માન્યખોટ જાય – અવંતી જાય – પૃથિવીવલ્લભ જાય; પછી પોતે ક્યાં? એ સ્થિતિ કલ્પવાની પણ તેનામાં શક્તિ રહી નહિ.

વચ્ચે માથું રાખી તેણે વિચારમાળા ફેરવ્યા કરી. આ બધાનો સાર એટલો જ નીકળ્યો કે મુંજને માન્યખેટમાં રાખવો એ નિરાકરણ બધી રીતે ઠીક હતું. પોતે સત્તાધીશ રહેશે, મુંજ પણ હાથમાં રહેશે અને આનંદની અવધિ અનુભવવાનું સહેલ થઈ પડશે. જેમ-જેમ તે વિચાર કરતી ગઈ તેમ તેમ આ

નિરાકરણ વધારે રુચિકર લાગ્યું. પોતે પહેલાં પણ એ જ વિચાર કર્યો હતો; માત્ર મુંજે એ વિચારને હસી કાઢ્યો તેથી જ તેણે પડતો મૂક્યો હતો.

હવે મુંજને રાખવો કેમ ? તેને જઈ મળી આવવું ? ક્યાં સુધી તેણે વિચાર કર્યો અને પછી તે નિશ્ચય પર આવી.

એક દાસને બોલાવ્યો, અને કુંવર અકલંકચરિતને બોલાવી મંગાવ્યો.

'કુંવર !'

'કેમ બા ?'

'બેટા ! તારા શૌર્યને દીપાવે એવું કામ સોંપવું છે.'

'શું ?'

'મને એક કાવતરાની જાણ પડી છે.'

'શા વિશે ?'

'મુંજને આજે રાત્રે છોડાવી જવા વિશે.'

'હેં !' કહી કુંવર એક ડગલું પાછળ હઠ્યો, 'કોણે કહ્યું ?'

'તારા બાપની ને તારી રક્ષા કરતાં મને શાની જાણ નથી પડતી ?' મૃણાલે કહ્યું, 'આજે રાત્રે બાર વાગે તેને લઈ જવા માણસો આવવાના છે.'

'ક્યાંથી ?'

'સુરંગમાંથી. તે કાવતરું ફોડવું છે ને મુંજને જતો અટકાવવો છે.'

'જેવી આજ્ઞા.'

'પણ તને કેમ મેં બોલાવ્યો, ખબર છે ?'

'ના.'

'તારા બાપને બોલાવી કહેત, પણ તે નિર્મળ બુદ્ધિ છોડી દ્વેષી થાય છે – મુંજને મારવા માગે છે. રાજાઓનાં શરીર સદાય અસ્પર્શ્ય ગણાય; તેમાં જ રાજનીતિ છે. તું આ નીતિ જાળવશે માટે તને આ કામ સોંપું છું.

'જેવી આજ્ઞા.'

'મુંજનો વાળ પણ વાંકો ન થાય – નહિ તો તારી અક્લંક કીર્તિ કલંકિત થશે. તું જાણે. જા, સાવધાન રહી કામ કરજે.'

'એમાં કહેવું નહિ પડે,' કહી કુંવર આવ્યો હતો તેવો સ્વસ્થ પાછો ગયો.

૨૮

મધ્યરાત્રિ

નાસી છૂટવાની તકે કે મૃણાલને લઈ જવી છે તેની હોંસે મુંજના મનમાં કાંઈ પણ અસ્વસ્થતા આવી નહિ : અને હંમેશની માફક હાથ પર માથું મૂકી તે નિરાંતે અર્ધનિદ્રામાં પડી રહ્યો.

તેણે ધીમેથી આંખ ઉઘાડી. મધ્યરાત્રિનાં ચોઘડિયાં શરૂ થયાં હોય એમ લાગ્યું.

ચોઘડિયાં બંધ થયાં ને તેના ભોંયરાના બહારના બારણા આગળ પગલાંનો ખડખડાટ થયો, અને તે તરફ તે જોઈ રહ્યો. થોડી પળમાં બધું શાંત થઈ ગયું. તેને અચંબો લાગ્યો કે હજુ મૃણાલ કેમ દેખાઈ નહિ ?

તરત સુરંગમાંથી કંઈ ઠોકવાનો અવાજ આવ્યો. કોઈએ પાંચ વખત ઠોક્યું; મુંજે ઊભા થઈ એડી વતી તેટલી જ વાર ઠોક્યું. ધીમે રહીને નીચેથી સુરંગનો પથ્થર ઊંચકાયો ને ભોજનું માથું બહાર આવ્યું.

'કાકા ! તૈયાર છો કે ?' તેણે ધીમેથી પૂછ્યું.

'ના. હજુ મૃણાલવતી નથી આવ્યાં –' આ શબ્દો બહાર નીકળ્યા એટલામાં ભોંયરાનું બારણું એકદમ ખૂલી ગયું અને પાંચ-પંદર જણ મશાલ લઈ ધસી આવ્યા.

મુંજ ફર્યો ને આ માણસો જોઈ ચેતી ગયો.

'જય મહાકાલ,' સુરંગ તરફ પૂંઠ કરી તે બોલ્યો; અને પગ વડે ભોજને જતા રહેવાનું સૂચવ્યું. ભોજ તરત જ પથ્થર ખેંચી ચાલતો થયો.

પણ જતાં-જતાં પથ્થર નીચે પડતો દેખાયો ને અકલંકચરિત તે તરફ

કૂદ્યો. એક નાયક નીચો વળી પથ્થર પડતો અટકાવવા ગયો, તેની આંગળી વચ્ચે આવી ગઈ એટલે પથ્થર બરોબર ભોંયમાં બેઠો નહિ. પાંચ-સાત સૈનિકો તે પથ્થર ઉપાડવા મંડ્યા.

વીસ-પચીસ સૈનિકો મુંજ પર પડ્યા અને મહામહેનતે તેને બાંધ્યો.

એટલામાં પથ્થર ઊપડ્યો.

'નાયક ! પેલા હરામખોરની પાછળ પડો અને ઝલાય તો તેને પકડજો કે પૂરો કરજો,' કુંવરે કહ્યું.

'પાપી !' તેણે મુંજ તરફ ફરીને કહ્યું, 'તારી હાથચાલાકી અહીંયાં પણ જણાવે છે ?' સૈનિકોને તેણે કહ્યું : 'જાઓ, મેં તૈયાર કરાવ્યું છે તે ભોંયરામાં આને લઈ જાઓ. એને જવા દીધો તો જીવથી ગયા સમજજો,' કહી એક મશાલને આગળ કરી, નાગી તલવાર સહિત અકલંકચરિત સુરંગમાં પેઠો.

સૈનિકોએ પૃથિવીવલ્લભને મજબૂત રીતે બાંધ્યો અને ત્યાંથી તેને લઈ જઈ બીજા એક ભોંયરામાં પૂર્યો.

અડધા ઊંઘતા તૈલપરાજને કંઈ અપરિચિત કકળાણ સંભળાયું. તે પથારીમાં બેઠો થયો, બારી ઉઘાડી. જે તરફ મુંજને કેદ કરવામાં આવ્યો હતો તે તરફ મશાલનાં અજવાળાં દેખાયાં અને સૈનિકોના અવાજ સંભળાયા. તેણે કાન ફફડાવ્યા ને રખે મુંજ હાથમાંથી છટકી જાય એવો ડર લાગતાં તલવાર લઈ તે હેઠળ ઊતર્યો. ત્યાં આવતાં એને બધી માહિતી મળી અને જે નવા ભોંયરામાં મુંજને પૂર્યો હતો ત્યાં તે આવી પહોંચ્યો.

તે એક તરફથી આવ્યો અને સામેથી મૃણાલવતી આવતી દેખાઈ. અત્યારે તેના ગુસ્સાનો પાર રહ્યો નહિ. પાદપ્રક્ષાલન વખતે થયેલું અપમાન અને મૃણાલે કરેલો મુંજનો બચાવ તે વીસરી ગયો ન હતો. અને પોતાની બહેન પર તેને અવિશ્વાસ અને દ્વેષ આવ્યાં હતાં. છૂપા જાસૂસ મારફત તેણે એમ પણ જાણ્યું હતું કે મૃણાલ ઘણી વખત મુંજને મળવા જાય છે.

તેને અત્યારે લાગ્યું કે અણજાણી રીતે મૃણાલ જ મુંજને નસાડવાનો પ્રયત્ન કરી રહી હતી – અને તે કારણસર જ અહીંયાં આવી હતી. તૈલપના ક્રોધનો પાર રહ્યો નહિ – મા સમી બહેન માટે માન અને સ્નેહ હતાં તે

ઓસરી ગયાં.

'તમે કેમ આવ્યાં છો ?' તેણે સખ્તાઈથી પૂછ્યું. આવી અપરિચિત રીતે તૈલપને તેને સંબોધતો જોઈ તેણે પણ ગુસ્સામાં ઊંચું જોયું. પણ તેનું મન ચોર હતું; અને અત્યારે તૈલપને અહીંયાં જોઈ તેનાં હાંજાં ગગડી ગયાં.

'મુંજને મળવા,' તેણે મહામહેનતે કહ્યું.

'અત્યારે નહિ મળાય, ચાલ્યાં જાઓ. કેદીઓને મળવાનો આ સમય નથી.'

મૃણાલ માનભંગ થઈ. આ અપમાનથી તેની આંખમાં ઝેર આવ્યું.

'શું કહે છે ?' તેણે ગૌરવથી પૂછ્યું.

'જે કહું છું તે બરાબર કહું છું.'

મૃણાલે જોયું કે તૈલપ અત્યારે ગુસ્સાથી બેભાન થઈ રહ્યો હતો. અને સૈનિકોની વચ્ચે જીભાજોડી કરવી તેમાં શોભા રહે એમ નહોતું.

'ઠીક, મને સવારે મળજે.'

'વારુ,' તિરસ્કારથી તૈલપે કહ્યું.

મૃણાલ ત્યાંથી ચાલી ગઈ. તેને પોતાના કર્તવ્યનો પશ્ચાત્તાપ શરૂ થયો.

તે ગઈ એટલે તૈલપ બારણું ઉઘડાવી, મશાલચીને લઈ અંદર ગયો. હાથપગ બાંધેલો મુંજ ભોંય પર પડ્યો હતો.

'કેમ મુંજ ! કેમ છે ?' તિરસ્કારથી ગુસ્સામાં તૈલપે પૂછ્યું.

'આનંદમાં.' હસીને મુંજે જવાબ દીધો.

'અવંતી નાસી જવું હતું, કેમ ?'

'એમાં તારી રજાની જરૂર નહોતી.'

'ત્યારે કેમ રહી ગયો ?'

'મને કોઈએ રાખ્યો નથી – મારે હાથે જ રહ્યો. મેં એવો રસ્તો લીધો કે હું રહી ગયો.'

તૈલપ સમજ્યો નહિ. 'ઠીક પાપી ! હવે તારો ઘડો ભરાઈ રહ્યો. હવે તને હાથીના પગે કરાવું છું, જોઈ લે.'

મુંજ તિરસ્કારભર્યું હસ્યો : 'એ ધમકી તો સાંભળી-સાંભળી મને કંટાળો આવ્યો.'

તૈલપને લાગ્યું કે ઊભેલા સૈનિકોના દેખતાં પોતે માનભંગ થતો હતો, એટલે તેણે ટૂંકું પતાવ્યું :

'હવે બહુ કંટાળો નહિ આવે. સૈનિકો, આ પાપીને બરોબર સાચવજો, નહિ તો જીવતાં ખોળ ઉતરાવીશ,' કહી તે પાછો ફર્યો.

મુંજનો મશ્કરી કરતો અવાજ આવ્યો :

'વધ ભલે કરાવજે, પણ મારા શિરને શોભે એવો કરાવજે.'

૨૯

કાવતરાબાજોની ખોળ

ગુનેગારનો દંડ કરવા તલસી રહેલો કુંવર સુરંગમાં ઝનૂનભર્યો દોડ્યો. તેની રગેરગ વિનાશ કરવાની લાલસાથી ધ્રૂજી રહી હતી.

થોડી વારે પવન વાયો, મશાલની જ્વાલા નાચી ઊઠી અને સુરંગનું બારણું આવ્યું. સુરંગનું મુખ મહાસામંતની વાડીમાં પડતું હતું, અને તેમાંથી બહાર પડતાં કોઈ નજરે ચડ્યું નહિ.

કુંવરે જોયું કે પાસે મશાલચી હતો એટલે પોતે અંધારામાં તરત દેખાતો હતો; અને તેની આસપાસ પ્રસરેલા ઉજાસથી તેની આંખ અંધકારમાં બરાબર જોઈ શકતી નહોતી. તેણે મશાલચીને મશાલ હોલવી નાખવાનું કહ્યું.

એટલામાં સુરંગમાં થઈ તેની પાછળ આઠ-દસ સૈનિકો આવી લાગ્યા અને તેમને જુદી-જુદી દિશામાં તેણે ખોળ કરવા મોકલ્યા. તે પોતે મહાસામંતના મહેલ તરફ ગયો.

ઓટલા પર લક્ષ્મીદેવી ઊભી હતી. કુંવર ત્યાં ઊભો રહ્યો.

'દેવી ! અહીંયાંથી કોઈને નાસતા જોયા ?'

'કોણ ? કુંવર ?' ન સમજાય એવા તિરસ્કારથી લક્ષ્મીદેવીએ કહ્યું, 'તમે ક્યાંથી અહીંયાં ?'

'કોઈને જતાં જોયો ? અહીંયાંથી હરામખોરો હમણાં ગયા.'

'આ તમારી જોડે પેલી તરફ હતા તે ?' લક્ષ્મીદેવીએ નિર્દોષતાથી સવાલ કર્યો.

'ના, બીજા.'

'મહારાજ! મહારાજ! આ કોઈ ચાલ્યું,' એક સૈનિકે ચીસ પાડી.

અકલંકચરિત કૂદ્યો. દૂરથી અંધકારમાં કોઈને મહાદેવના મંદિર તરફ દોડતો જોયો; દોડનારના ખભા પર કંઈ હોય તેવું લાગતું હતું.

કોઈ એના પગ નીચે છૂંદાયો – છૂંદાનારે ચીસ પાડી. અકલંકચરિત અટક્યો ને નીચો વળ્યો. તેને સાદ પરિચિત લાગ્યો.

'કોણ નરસિંહ?' તેણે ચમકીને પૂછ્યું.

ભોંય પર પડી રહેલા સૈનિકે ડચકિયાં ખાતે અવાજે કહ્યું: 'હા, મહારાજ! ગયો વિલાસબાને લઈને – પેલા મંદિરમાં – ઓ – મને માર્યો – ઓ –'

કુંવર મરતા સૈનિકની છેલ્લી વાચા સાંભળવા ઊભો રહ્યો નહિ. સૈનિકના થોડા શબ્દોએ તેને ઘણી સમજ પાડી હતી. વિલાસને લઈ જનાર રસનિધિ હોવો જોઈએ ને મુંજને છોડાવવાનું કાવતરું પણ તેણે જ કરેલું હોવું જોઈએ. તેને એમ પણ ખબર હતી કે મહાદેવના મંદિરમાં થઈ ગામ બહાર જવાનો છૂપો રસ્તો છે. અને તે વાટે જ રસનિધિ નાસવા જતો હતો એમ એને ખાતરી થઈ.

અકલંકના પગમાં ને હાથમાં હજારગણું જોર આવ્યું. બે પળમાં તે મંદિરે પહોંચ્યો. ત્યાં ચારે તરફ નજર ફેંકી પણ ત્યાં કોઈ હતું નહિ. અહીંયાંથી જવાની સુરંગનું મુખ ક્યાં હતું તેની તેને ચોક્કસ ખબર નહોતી; પણ ધ્યાનપૂર્વક જોતાં તેને પોઠિયો વાંકો લાગ્યો. તેણે જોરથી પોઠિયાને હઠાવ્યો. પોઠિયો કોઈએ માત્ર એમનો એમ જ મૂકી છોડ્યો હતો. તે ખસતાં સુરંગનું મોં હાથ લાગ્યું. ત્યાંથી ભોંયરામાં જવાનો પથ્થરનાં પગથિયાંનો રસ્તો હતો.

લાંબો વિચાર કર્યા વિના તે દોડતો સુરંગમાં પેઠો. તેને રસનિધિ તરફ અણગમો તો હતો જ, તેમાં તેણે રાજદ્રોહનો ગુનો કર્યો. વળી તે તેની સ્ત્રીને ઉપાડી જતો હતો. તૈલપની ક્રૂરતા ને મૃણાલની સખ્તાઈ એ બંને લક્ષણોવાળું લોહી અને શુષ્ક નિયમોએ આપેલી કેળવણી: એ બેના મિશ્રણથી બનેલો તેનો ભયંકર સ્વભાવ અત્યારે બીજું કંઈ જુએ એમ નહોતું. એને તો રસનિધિના લોહીમાં પોતાનું ખડગ રગદોળવું હતું.

અંધારામાં અથડાતો, કુટાતો, ઠોકર ખાતો તે ઝપાટાભેર આગળ વધ્યો. ચારેગમના જીવલેણ અંધકારમાં માત્ર પગના કે હાથના ટેકાથી માર્ગ મળતો હતો.

થોડે દૂર જતાં તેને કાને અવાજ સંભળાયો – કોઈ ધીમે-ધીમે અથડાતું આગળ વધતું હતું. તેના હર્ષનો પાર રહ્યો નહિ. તે જોસભેર આગળ વધ્યો.

એકદમ તેનું શરીર ભીંત સાથે અથડાયું. રસ્તો સાંકડો થઈ ગયો. માત્ર એક જ માણસ સીધું-સીધું જઈ શકે એટલો સાંકડો રસ્તો થઈ ગયો. આડું કે પાછું ફરવું મુશ્કેલ થઈ પડ્યું. પણ આગળ જતા માણસની મુશ્કેલી વધારે હોય એમ જણાયું. કુંવર નાગી તલવાર સીધી રાખી આગળ વધ્યો.

આ સાંકડા રસ્તામાં રસનિધિનું કામ કઠણ થઈ પડ્યું. વિલાસ બેભાન થઈ ગઈ હતી; અને રસ્તામાં તેને ખાંધે લેવાય એમ નહોતું, છતાં તેને પળમાં ઊંચકી, પળમાં ઘસડી, પળમાં બેભાન છતાં આગળ ધકેલી તે મહામુશ્કેલીએ આગળ વધતો હતો. થોડી વારે તે આગળ વધતો અટક્યો. પાછળ આવતાં પગલાં ઘણાં પાસે આવી લાગ્યાં અને આમ ને આમ ચાલતાં પાછળવાળો તેને સહેલાઈથી વીંધી નાખે એમ હતું. તેણે બેભાન વિલાસને ભીંત સાથે ટેકવી ભોંય પર બેસાડી, અને પાછા ફરી હાથમાં તલવાર દઢ કરી પૂછ્યું: 'કોણ છે ?'

કુંવર ઘણો પાસે આવી લાગ્યો હતો. તે આ સવાલ સાંભળી ચમક્યો, બીજી પળે સાવધ થયો ને 'તારો કાળ' કહી તે આગળ આવ્યો. 'તો હું આ રહ્યો,' રસનિધિ આગળ વધ્યો.

એક પળમાં બે તલવારો અથડાઈ, તેમાંથી તણખા ખર્યા. પણ ઉગામવા જતાં બંનેની તલવારો ભીંત સાથે અથડાઈ ને તેના કકડા થઈ ગયા.

બંને કુશળ યોદ્ધા હતા. બંનેએ તલવાર જવા દીધી ને એકેક પર તૂટી પડ્યા.

આ કુસ્તી જીવલેણ હતી. એક માણસ જ્યાં માંડમાંડ સીધો ચાલી શકે ત્યાં એ બે જણ તાંડવનૃત્ય ખેલવા લાગ્યા. ભીંતમાં માથાં અથડાતાં, કોણી ને ઘૂંટણ છોલાતાં, હાડકાં પથ્થરમાં ટીચાતાં; છતાં આ બે કટ્ટા વેરી, આ ભયંકર અંધારામાં કારમું લાગે એવું જીવલેણ યુદ્ધ મચાવી રહ્યા.

બંનેએ એકમેકના પ્રાણ લેવાનું નક્કી કર્યું હતું – બંનેની ખાતરી હતી કે વિજય સિવાય આ યુદ્ધમાંથી આ દુનિયામાં રહેવાનો બીજો રસ્તો નથી.

રસનિધિનાં ગાત્ર નાનાં હતાં – અકલંક લાંબો-પહોળો હતો, પણ રસનિધિની રમત ખરા ખેલાડીની હતી; અને જોકે પહેલાં તો કુંવરના ઝનૂની હુમલા આગળ તે પાછો હઠ્યો, પણ ધીમે-ધીમે તેની કળા તેની મદદે આવી. બંને ક્યાં સુધી ઝૂઝ્યા, પણ કોઈએ નમતું આપ્યું નહિ, પણ કુંવરનો શ્વાસ ઘેરાતો હતો અને ચાલાક રસનિધિ વાટ જોઈ માત્ર બચાવ જ કરી રહ્યો હતો.

અકલંક સમજ્યો. શ્વાસ ખૂટે તે પહેલાં દુશ્મનને રામશરણ કરવા તેણે ફાંફાં માર્યાં, પણ કંઈ વળ્યું નહિ. માલવી યોદ્ધો ખેલાડી હતો; થોડી વારમાં તેણે કુંવરને ખૂણામાં ચગદ્યો – બીજી પળે તેના પર ચઢી બેઠો.

રસનિધિએ શ્વાસ ખાધો ને પછી બોલ્યો : 'બોલ પાપી ! કોનો કાળ આવ્યો ?'

કુંવર બોલ્યો નહિ. મરવા કરતાં આ હાર તેને વધારે સાલતી હતી.

'એવું થાય છે કે હમણાં સાત પેઢીનું વેર લઉં.'

'લે, હું જીવું કે મરું તેની મને પરવા નથી.'

'તને આમ મારવામાં તો મારી કીર્તિ ઝાંખે. લોકો કહેશે કે તું કોણ જાણે કેમ મૂઓ.'

'પૂરો કર,' તિરસ્કારથી અકલંકે કહ્યું, 'આ રહ્યું મારું ગળું. દાબી દે. તારા જેવા બાયલાને એ જ શોભે.'

'અકલંક ! હજુ અવંતીના પરમારને બાયલો ઠેરવનાર પૃથિવીમાં પાક્યો નથી. તારું ગુમાન જવા દે. જો તું માન્યખેટનો યુવરાજ છે તો હું અવંતીનો છું.'

'કોણ ભોજ ?'

'હા. તને મારીશ તો ભરયુદ્ધમાં – આમ અંધારામાં ટૂંપો દઈશ નહિ. જા, તેથી જવા દઉં છું, પણ એક શરતે.'

'શી ?'

'કંઈ ગરબડ કર્યા વિના અહીંયાંથી આવ્યો તે રસ્તે પાછો ચાલ્યો જા.'

'એ શરતની શી જરૂર છે ? બીજો રસ્તો ક્યાં છે ? બહારને રસ્તે તો તારા સાથીઓ હશે.'

'પણ પાછળ પડે તો ?'

કુંવર એક પળ મૂંગો રહ્યો. તેને લાગ્યું કે ફરી આવું યુદ્ધ કરવું અર્થ વગરનું હતું.

'નહિ પડું.'

'વચન ?'

'હા, વચન.'

'ઠીક.' કહી ભોજ ઊઠ્યો.

લથડિયાં ખાતો, ધૂળ ખંખેરતો અકલંકચરિત ઊઠ્યો.

'ચાલવા માંડ.'

'આ ચાલ્યો,' કહી જાણે અકંલક નીચો વળ્યો હોય એમ લાગ્યું.

ભોજ હસ્યો : 'જીત્યો તેની યાદગીરીમાં તલવારના કકડા લઈ જાય છે શું ?'

કુંવરે જવાબ ન આપ્યો. થોડાં ડગલાં આગળ જતો તે પડી ગયો હોય એમ લાગ્યું. થોડી વાર તે પડી રહ્યો.

ભોજને શંકા થઈ : 'કેમ ઉઠાયું કે મદદે આવું ?'

અકલંકે જવાબ ન દીધો. થોડી વારે તે ઊઠ્યો ને દોડતો-દોડતો જતો રહ્યો.

તેના દોડવાનાં પગલાં દૂર ગયાં એટલે ભોજે નીચા વળી વિલાસને શોધવા માંડી. તેને લાગ્યું કે લઢતાં-લઢતાં તે અને કુંવર વિલાસને સુવાડી હતી તે જગ્યાની આગળ વધી ગયા હતા. તેણે પાછા ફરી હાથવતી તેની શોધ કરવા માંડી. યુદ્ધના થાકથી તેનું માથું ફરતું હતું ને તેથી આ શોધ જરા કઠણ થઈ પડી. થોડી વારે તેને વિલાસના પગ હાથ લાગ્યા. તેણે તરત તેને કમરમાંથી પકડી, બે હાથે ઊંચકી ઝપાટાબંધ ચાલવા માંડ્યું.

'વિલાસ ! વહાલી ! એ રાક્ષસના પંજામાંથી છૂટી ખરી.'

૩૦
વિલાસ કેમ છૂટી ?

ભોજ પચીસ ડગલાં ચાલ્યો, અને તેનું માથું ફરતું અટક્યું ને તેને ભાન આવ્યું.

તે ચમક્યો; વિલાસ તેને હલકી લાગી. તેણે હોઠ કરડી સ્વાસ્થ્ય મેળવવા પ્રયત્ન કર્યો.

તેને ધ્રાસ્કો પડ્યો. તેનો જમણો હાથ વિલાસના પીઠના ભાગ નીચે હતો. તેમાં પાણી આવતું લાગ્યું. પાણી – લોહી – આટલું બધું ! ભોજનું હૃદય થંભી ગયું. તેના પગ ધ્રૂજવા માંડ્યા – તે ઊભો રહી ગયો.

તેણે મહામુશ્કેલીએ વિલાસને સીધી કરી, ક્યાંથી લોહી આવે છે તે જોવા હાથ કર્યો ને કારમી ચીસ પાડી સુરંગ ગજવી.

વિલાસના ખભાની ઉપરનો ભાગ શરીર પર હતો જ નહિ.

ભોજનો હાથ રુધિરમાં તરબોળ થઈ રહ્યો. જ્યાં વિલાસનું ડોકું હોવું જોઈએ ત્યાંથી ધગધગતું લોહી બહાર વહેતું હતું.

ભોજને ભાન આવ્યું : હાથમાં માત્ર વિલાસનું ધડ જ હતું.

તેનાં રોમેરોમ કંપી ઊઠ્યાં તેના હાથમાંથી ધડ ભોંય પર પડી ગયું.

એ દિગ્મૂઢ જેવો ઊભો રહ્યો. તેના હૃદયમાં અનિર્વાચ્ય શોક પ્રસર્યો. તેણે લોહિયાળ હાથ માથે દઈ પોક મૂકી.

એકદમ સામેથી દોડતાં આવતાં પગલાં સંભળાયા અને મશાલનો ઉજાસ આવ્યો. થોડી વારે સામેથી મશાલ લઈ ધનંજય આવતો દેખાયો. તેની પાછળ થોડા કવિઓ હતા. ભોજને આવતાં વાર થઈ એટલે તે શોધ કરવા

આવતા હતા : 'મહારાજ ! મહારાજ !'

ધનંજય પાસે આવ્યો, પોક સાંભળી અટક્યો; થોડો આગળ આવ્યો ને ચીસ પાડી ઊઠ્યો : 'ઓ મારા બાપ રે !' તેના હાથમાંથી મશાલ પડી ગઈ.

તેની નજર આગળ લોહીથી ખરડાયેલું કોઈ ઊભું હતું. ભોંય પર એક શબમાંથી લોહીની ધારા વહેતી હતી.

ધનંજય હિંમતવાન હતો – જ્યાં માનુષી હિંમતનું કામ હોય ત્યાં. અત્યારે તેને લાગ્યું કે સાક્ષાત્ ભૈરવ તેની સમક્ષ ઊભો હતો.

પણ ભોજે તેને ઓળખ્યો : 'ધનંજય ! ધનંજય ! ભાઈ !'

ધનંજયને ભાન ને હિંમત આવ્યાં એટલે તેણે મશાલ ઊંચકી.

'કોણ યુવરાજ ? શું કહો છો ?'

'ધનંજય ! આ જોયું ?' કેમે કરી ભોજે કહ્યું અને વિલાસના ધડ તરફ આંગળી કરી.

'શું છે ?'

'વિલાસનું ધડ.'

'પણ મહારાજ ક્યાં ?'

'મહારાજ કારાગૃહમાં. જેવો હું ભોંયરામાં ગયો કે અકલંકચરિત અને તેના માણસો બારણું ઉઘાડી તૂટી પડ્યા. મહારાજ પકડાઈ ગયા. હું પથ્થર દઈ નાઠો. અકલંક મારી પૂંઠે પડ્યો.' તે શ્વાસ ખાવા થોભ્યો.

'પછી ?'

'હું ઝપાટાબંધ લક્ષ્મીદેવી પાસેથી વિલાસને લઈ નાઠો. તે બેભાન થઈ ગઈ હતી. તેને ઊંચકી હું મંદિરની સુરંગમાં પેઠો... મારી પાછળ અકલંક આવ્યો. આ ભોંયરામાં દ્વંદ્વયુદ્ધ થયું. હું જીત્યો, મેં એને છોડી દીધો. એણે દગો નહિ રમવાનું વચન આપ્યું. પાપી ગયો. પણ જતાં જતાં મારી વિલાસનું ડોકું કાપી લઈ ગયો.'

'હેં !' ધનંજય ને તેની પાછળના કવિઓ ચકિત થઈ ગયા.

'મને હવે સમજ પડી. એ કમજાત અથડાઈ પડ્યો તે જ વખતે એણે કામ કર્યું. ચાલો જોઈએ.' કહી તેણે મશાલ લીધી ને તે પાછો ફર્યો.

તેઓ થોડે ચાલ્યા એટલે તેના યુદ્ધનું સ્થાન મળ્યું. પણ ત્યાં બે

તરવારમાંથી એક જ તલવારની મૂઠનો ભાગ ને બે તલવારના અગ્ર ભાગ પડ્યા હતા. એક ખૂણે જ્યાં વિલાસને સુવાડી હતી ત્યાં લોહીનું ખાબોચિયું હતું.

મૂંગે મોઢે બધા પાછા ફર્યા, વિલાસનું ધડ ઊંચક્યું અને થોડી વારે સુરંગની બહાર આવ્યા.

ત્યાં બધા ઘોડા પર બેઠા ને ઝપાટાબંધ મુસાફરી કરતા ગોદાવરી સમીપ આવી લાગ્યા.

ત્યાં ચિતા ખડકી વિલાસના ધડને ભોજે અગ્નિદાહ આપ્યો. ભોજને રોમેરોમ અગ્નિ વ્યાપી રહ્યો. જેવી અગ્નિની આંચ વિલાસના ધડને લાગી કે તે મનમાં બોલ્યો: 'આનાં લોહીનાં ટીપાએ – ટીપાનો હિસાબ લઈશ. યાદ રાખજે!'

બીજી પળે તેને વિલાસ યાદ આવી. તે નિર્દોષ કાવ્યરસિકાનું મ્લાન પણ મનોહર વદન નજર આગળ ખડું થયું. તેનું હૈયું ભરાઈ આવ્યું. ને તે ધ્રુસકાં ખાઈ રડવા લાગ્યો.

'યુવરાજ! પણ હવે શું?' ધનંજયે પૂછ્યું.

'હવે શું? અવંતીનો રસ્તો.'

'પણ મહારાજનું શું?'

ગમગીનીમાં ભોજે ડોકું ધુણાવ્યું: 'કાંઈ નહિ. રુદ્રાદિત્યનું વચન હતું તે સત્ય થયું: મુંજ ગોદાવરી એક જ વાર ઓળંગશે, બીજી વાર નહિ. એ તો હવે માન્યખેટમાં જ મરવાના.'

'આપણે કંઈ ખબર તો કાઢવી જોઈએ. એક કામ કરીએ. ગોદાવરી ઓળંગી છૂપે વેશે બે-ચાર દિવસ રહી ભાળ કાઢીએ.'

'હા, મને વાંધો નથી. પણ હવે મહારાજને છોડાવી શકાય એમ લાગતું નથી.'

વિલાસની રાખ ગોદાવરીમાં વિસર્જન કરી તેઓ ગોદાવરી ઓળંગી પાસે ગામ હતું તે તરફ ગયા.

આ ગામ જુદા-જુદા રસ્તાના મથક પર હતું. ત્યાં ઊતરી તેઓએ થાક ખાધો – ન ખાધો એટલામાં ગોદાવરીને પેલે તીરે બસો-ત્રણસો માણસની

એક ટુકડી આવી લાગી.

ભોજ ને તેના માલવી યોદ્ધાઓએ આ ટુકડી જોઈ ને તેમનાં હાંજાં ગગડી ગયાં. તેમને લાગ્યું કે તૈલપે આ માણસો તેમને પકડવાને મોકલ્યા હતા. પણ જેવા તે નદીને તીરે આવી લાગ્યા કે ધનંજયે આગળ આવતો યોદ્ધો ઓળખ્યો: 'મહાસામંત !'

'લક્ષ્મીદેવી !' ભોજે કહ્યું.

બધા માલવીઓ જોઈ રહ્યા. સામે આવતાં માણસોની આગળ બે ઘોડા પર મહાસામંત ને લક્ષ્મીદેવી હતાં.

પણ બધાંનો દેખાવ વિકરાળ હતો. મહાસામંતના એક હાથમાં પરશુ હતી અને બીજા હાથમાં એક મહા ખડ્ગ હતું. તેમના મોઢા પર લોહિયાળ ઘા હતા, તેમનો ઘોડો પણ લોહીલુહાણ હતો.

લક્ષ્મીદેવીનું સ્વરૂપ ચંડિકા સમું ભયાનક હતું: તેમના એક હાથમાં રક્તથી લાલ બનેલી તલવાર હતી, તેમના શરીર પર લોહીના ઓઘરાળા હતા. તેના જીન સાથે એક ડોકું બાંધેલું હતું. જેવો આ બેનો દેખાવ હતો તેવો જ તેમના સૈનિકોનો હતો. દરેકના હાથમાં નાગાં શસ્ત્ર હતાં. દરેકનું ડિલ લોહીથી ખરડાયેલું હતું, દરેકની મુખમુદ્રા પણ ભયાનક હતી.

'ધનંજય ! આ આપણને પકડવા નથી આવતા, પણ યુદ્ધમાંથી આવતા લાગે છે.' ભોજે કહ્યું.

એટલામાં મહાસામંતે 'જય સ્યૂનેશ્વર' કહીને ઘોડાને એડી મારી નદીમાં ઝંપલાવ્યું. તેમની પાછળ લક્ષ્મીદેવી ને તેમના બધા અનુચરોએ પણ તે જ પ્રમાણે કર્યું.

આ તરફ ભોજ ને તેના સવારો ઘોડા પર ચડી નાસી જવું કે નહિ તેની સમજ ન પડવાથી જોઈ રહ્યા અને જેવા મહાસામંત નદીને આ પાર આવ્યા કે તેમણે ભોજને ઓળખ્યો.

'રસનિધિ !'

'મહાસામંત ! તમે ક્યાંથી ?' કહી તેણે પોતાનો ઘોડો મહાસામંતના ઘોડા પાસે લીધો.

'હું સ્યૂનદેશ જાઉં છું.'

એટલામાં લક્ષ્મીદેવીનો ઘોડો નદી તરી ત્યાં આવી લાગ્યો.

'ભોજરાજ! હવે એ મહાસામંત નથી. સ્યૂનદેશના મહારાજાધિરાજ ભિલ્લમરાજ છે –'

લક્ષ્મીદેવીની આંખો લાલ ને ફાટેલી હતી. તેના હોઠ દબાયેલા હતા. તેનાં અંગેઅંગે ઝનૂન ને ક્રોધ વ્યાપેલાં હતાં. રસનિધિ આ ભયંકર મૂર્તિ જોઈ રહ્યો અને જોતાં તેની નજર લક્ષ્મીદેવીના જીન પર લટકાયેલા શિર પર ગઈ.

વિકરાળ લક્ષ્મીદેવીએ ભયંકર રીતે હસીને ચોટલો પકડી તે શિર ઊંચું કર્યું.

'ને આ સ્યૂનાધિશનો વિજયધ્વજ,' લક્ષ્મીદેવી ખડખડ સ્મશાનનું કારમું ભૂત હસે તેમ – હસી પડી.

ભોજે એ મુખ જોયું – ઓળખ્યું, તે મુખ ઉપર – વિલાસની મુખમુદ્રાની છાપ હતી.

તેને કમકમાં આવ્યાં. આંખે અંધારાં આવ્યાં અને બેભાન થઈ તે ઘોડા પરથી ધરણીએ ઢળ્યો.

૩૧
લક્ષ્મીદેવીએ તૈલંગણ કેમ છોડ્યું ?

અકલંકચિરતના ગર્વિષ્ઠ સ્વભાવને કારી ઘા લાગ્યો. હાર ખાધાથી તે અત્યારે નિરાધાર થઈ ગયો હતો. એના હૃદયમાં હળાહળ ઝેર વ્યાપ્યું.

એટલામાં તેણે ઠોકર ખાધી. અને પડતાં ભાંગેલી તલવારનું એક અડધિયું હાથ લાગ્યું. તે લઈ આગળ ચાલ્યો. બે ડગલાં આગળ ચાલતાં એણે ફરી ઠોકર ખાધી અને બેભાન વિલાસના શરીર પર પડ્યો.

હાર ખાધી એ માનભંગ સહ્ય હતો. પણ ભોજ વિલાસને લઈ જાય એ માનભંગ અસહ્ય હતો. વેર વાળવા ઉત્સુક બનેલા તેને એક વિચાર આવ્યો; વિચાર આવતાં તેને તેણે અમલમાં મૂક્યો : તલવારના અડધિયા વતી વિલાસનું ડોકું કાપી તેણે હાથમાં લીધું.

આ ઘોર કર્મ કરીને તે આગળ વધ્યો. તેના હૈયાનો ભાર ઓછો થયો – એક ઘાથી પાપી ભોજ અને નિમકહરામ વિલાસ બંનેને તે શિક્ષા કરી શક્યો.

થોડું આગળ જતાં મશાલ લઈ તેને શોધવા નીકળેલા સૈનિકો મળ્યા. વિલાસનું શિર હાથમાં લઈ લોહીભીના કુંવરને આવતો જોઈ તેઓ ચમકીને ઊભા રહ્યા; તેમનાં સખત હૃદયો પણ કંપી ઊઠ્યાં.

'પાછા ચાલો.' કુંવરે કહ્યું.

આ હુકમને માન આપી સૈનિકો પાછા ફર્યા અને ધીમે-ધીમે મંદિરમાં પાછા આવ્યા. ત્યાં તૈલપ અને ભિલ્લમ થોડા યોદ્ધાઓ સહિત વાટ જોઈ ઊભા હતા. કુંવરને લોહીથી ખરડાયેલો અને હાથમાં ટપકતું માથું લઈ આવતો જોઈ બધા ગભરાઈ પાછા હઠ્યા.

'આ શું ?' તૈલપે ભવાં ચડાવી પૂછ્યું.

'આ –' કહી અકલંકે માથું ધર્યું. 'જે પાપિણી મને છોડી ભોજ સાથે નાસી જતી હતી તેનું માથું.'

'વિલાસ –' ડોળા ફાડી ભિલ્લમે કહ્યું.

'હા ! તૈલંગણની ભાવી સમ્રાજ્ઞી.' કઠણ હૈયાના કુંવરે ક્રૂરતાપૂર્ણ હાસ્યથી કહ્યું. 'એના કાકાને નસાડવામાં ભોજ ન ફાવ્યો એટલે આને લઈ નાસી જતો હતો. મેં એને પકડવા પ્રયત્ન કર્યો. પણ ઊલટો એણે મને પકડ્યો અને મને હરાવી છૂટો મૂક્યો. પાછા આવતાં હું આનું માથું કાપી લાવ્યો.'

'કોનું માથું ?' મૃણાલવતીનો અવાજ આવ્યો. તે, જક્કલાદેવી અને લક્ષ્મીદેવી થોડા સૈનિકો સહિત અહીંયાં આવ્યાં હતાં.

'વિલાસનું,' કહી મશાલના અજવાળામાં તેણે તે ઊંચું ધર્યું. વિલાસનું મુખ ભયાનક નિશ્ચલતાથી બધા સામે જોઈ રહ્યું.

એક પળ ભયાનક શાંતિ પ્રસરી રહી.

સ્પૂનરાજ હોઠ પર હોઠ દાબી, અંધકારભર્યા હૃદયથી મૂઢ જેવો ડોળા ફાડી જોઈ રહ્યો. તેની વિચારશક્તિ બહેર મારી ગઈ હતી.

મશાલોના ઉજાસના વર્તુળમાં કોઈ કૂદ્યું અને અકલંકના હાથમાંથી વિલાસનું માથું ઝૂંટવી લીધું.

'મારી વિલાસનું માથું !' લક્ષ્મીદેવીએ ગર્જના કરી.

તેણે માથું ઊંચું કર્યું અને ધીમેથી વિલાસનું નિર્દોષ મુખ, સુકોમળ મુખરેખા, સુંદર નયનોની નિર્જીવ નિશ્ચલતા જોયાં. બધાં તેને જોઈ રહ્યાં – વચ્ચે બોલવાની કોઈની હિંમત ચાલી નહિ.

લક્ષ્મીદેવીની મૂર્તિ અત્યારે મહિષાસુરમર્દિની જેવી થઈ રહી હતી. તેની ફાટેલી આંખોમાંથી અગ્નિ વર્ષતો હતો; તેના મુખ પર વિશ્વસંહારક કોપનો દુઃસહ પ્રતાપ દેખાતો હતો. શબ સમાન શ્વેત થઈ રહેલી તે માત્ર શરીરમાં પ્રગટી રહેલ ક્રોધની જ્વાળાથી બધાંને બાળતી હતી.

'મારી દીકરીને તેં મારી ?' તેણે એકદમ કુંવરને પૂછ્યું.

કુંવર એકદમ જવાબ ન દઈ શક્યો.

'ચાલો હવે –' તૈલપરાજ આવતું તોફાન શમાવવા બોલવા લાગ્યા.

લક્ષ્મીદેવી વચ્ચે બોલી ઊઠી: 'ભિલ્લમરાજ! જોયું? અકલંકચરિતના પગની રજ માથે મૂકો કે તમારી એકની એક દીકરીની આ દશા કરી!' તે ડોળા ફાડી પોતાના પતિ સામે જોઈ રહી. તે બિચારો યોદ્ધો દિગ્મૂઢ બની જોયા કરતો હતો. તે જુસ્સાભેર તેના તરફ ફરી: 'ધિક્કાર છે તમારા જેવા બાયલાને! તમારા હાથ ક્યાં બળી ગયા છે? તમારાં આયુધો ક્યાં વેચી આવ્યા? આ પિશાચે આ એકની એક દીકરીનું શિર છેદ્યું ને તમારામાં એનું શિર છેદવાની શક્તિ નથી? શું જુઓ છો? જુઓ છો શું?' તેના અવાજમાં અનિવાર્ય તિરસ્કાર અને ક્રોધ સમાયાં હતાં.

ભિલ્લમના કપાળ પર કરચલી વળી. પણ તે કાંઈ બોલીચાલી શક્યો નહિ; માત્ર લક્ષ્મીદેવીના મુખ સામે જોઈ રહ્યો.

'લક્ષ્મી! આ શું બકે છે?' મૃણાલવતીએ પોતાની હંમેશની ટેવથી સત્તાવાહી અવાજે કહ્યું, 'જરા ભાન રાખ!'

'ભાન! ભાન!' લક્ષ્મીદેવીના ઝનૂનથી મૃણાલ પર અંજાઈ ગઈ. 'મારી દીકરીએ શો ગુનો કર્યો હતો? અત્યારે મુંજની જોડે માળવા તો તમે નાસી જવાનાં હતાં! તમારું ડોકું ધડ પર છે, કારણ કે તમે તૈલપરાજનાં બહેન; ને આનું ડોકું ધડ પર નથી, કારણ કે એ સ્યૂનદેશના કંગાળ ને કાયર રાજાની છોકરી, કેમ?'

વીજળી પડી હોય તેમ બધાં ચમક્યાં ને એકમેકનાં મોં સામે જોઈ રહ્યાં. તૈલપ સૌથી પહેલાં સ્વસ્થ થયો. એને લાગ્યું કે સૈનિકોના દેખતાં આ ફજેતો થાય તે ઠીક નહિ. તેણે ભિલ્લમને કહ્યું: 'મહાસામંત, લક્ષ્મીદેવીને લઈ જાઓ.'

'ક્યાં?' એક ડગલું આગળ આવી, ગાંડી થઈ ગઈ હોય તેવી લક્ષ્મીદેવીએ તૈલપની સામે ડોળા ફાડી બરાડો માર્યો, 'ભિલ્લમરાજ, લઈ જાઓ મને – હા, મારે સ્યૂનદેશ. હવે આ ભૂમિનું અન્ન-જળ ઝેર સમાન છે. પણ તમે શું કરશો? તમે તો દાસ છો. હાથે ચૂડીઓ પહેરી છે. હીજડાઓની હારમાં બેઠા છો. તમે શું લઈ જવાના હતા? હું જઈશ. હું ચાલુક્ય મહારાજાઓની કુંવરી છું, હજાર વીરાંગનાઓનું ઝનૂની લોહી મારી રગમાં છે; હું એકલી બસ છું – મારી દીકરી મારી – મારો દેશ ડુબાવ્યો

તેનું લોહી પીવા.' તે અકલંક તરફ ફરીઃ 'નરપિશાચ ! ચંડાલ ! ને તારું લોહી પીઉં ત્યારે જ હું ખરી.'

ભિલ્લમની આંખમાં ભયંકર તેજ આવ્યું અને સાથે બોલવાની શક્તિ પણ આવીઃ 'દેવી ! હમણાં તો ચાલો.'

'હા; ચાલો સ્યૂનદેશ. આ પાપભૂમિમાં પલવાર પણ રહેવું નથી.' સત્તાથી લક્ષ્મીએ કહ્યું.

'ભિલ્લમ !' જરા આગળ આવી તૈલપે કહ્યું, 'આને લઈ જાય છે કે નહિ ?'

'ખબરદાર !' ધીમેથી ભિલ્લમ આગળ આવ્યો ને લક્ષ્મીદેવી અને તૈલપ વચ્ચે ઊભા રહી તેણે કહ્યું. તેનું પ્રચંડ શરીર સ્વસ્થ ને શાંત હતું. તેનો અવાજ ખોખરો પણ ભયંકર હતો. 'દેવી ખરું કહે છે. ચાલો આપણે દેશ.' કહી તેણે લક્ષ્મીદેવીનો હાથ પકડ્યો ને તેને ખેંચી જવા લાગ્યો.

એટલામાં તેની નજર ભોંય પર પડેલા શંખ પર પડી. તેણે તે લીધો ને પોતાના સૈનિકોને બોલાવવાનો ઘોષ કર્યો.

તૈલપ આ ઘોષનો અર્થ સમજ્યો ને ગુસ્સાભર્યો આગળ આવ્યો.

'ભિલ્લમ ! આ શું કરે છે ? તું પણ ગાંડો થયો છે ?'

ભિલ્લમ તૈલપથી એક હાથ ઊંચો હતો. તેણે એક જબરી મૂઠી તૈલપના માથા ઉપર ધરી.

'શું ?'

તૈલપ બે ડગલાં પાછળ ખસ્યો ને હોઠ કરડી બોલ્યોઃ 'અત્યારે માન્યખેટ નહિ છોડાય.'

'જોઉં છું, કોણ આડે આવે છે ?' આમ કહી ભિલ્લમ શંખનાદ સાંભળી દોડી આવેલા તેના સૈનિકો તરફ ફર્યોઃ 'ઘોડા લાવો, આપણે સ્યૂનદેશ જવું છે,' કહી તે લક્ષ્મીદેવીને લઈ ચાલતો થયો. વચમાં પડવાની કોઈની તાકાત ચાલી નહોતી. કારણ કે ભિલ્લમનું પ્રચંડ બાહુબળ જગજાણીતું હતું. થોડી વાર બધાં ચિત્રવત્ ઊભાં રહ્યાં.

'અકલંક ! રાજગઢ ને ગામનાં બારણાં બંધ કરાવ.' તૈલપે કહ્યું.

જવાબમાં સ્યૂનરાજનો શંખનાદ દૂરથી સંભળાયો અને મહેલમાં

યોદ્ધાઓની દોડાદોડી થઈ રહી.

જોતજોતામાં સ્યૂનરાજના યોદ્ધાઓ સજ્જ થયા. લક્ષ્મીદેવીની ભયંકર મુખમુદ્રા અને વિલાસના શિરના વિજયધ્વજથી દરેકના રોમેરોમમાં ઝનૂન વ્યાપી રહ્યું. તે જોતજોતામાં ઘોડે ચડ્યા ને શંખનાદના વિજયી ઘોષ કરતા આગળ વધ્યા, અકલંકે બને તેટલા યોદ્ધાઓને તૈયાર કરી આ યોદ્ધાઓને જતા અટકાવવા મોકલ્યા.

સ્યૂનરાજ અને તેના યોદ્ધાઓ ઝનૂનના પૂરમાં આગળ વધ્યા અને માન્યખેટના દરવાજા આગળ યુદ્ધ થયું.

ભિલ્લમરાજ અને લક્ષ્મીદેવીએ કેર વર્તાવ્યો. તેમના સૈનિકોએ શૌર્યની સીમાએ પહોંચી શોણિતની સરિતાઓ વહેવડાવી તે સરિતા પાર કરી આ નાનું સૈન્ય માન્યખેટ છોડી આગળ વધ્યું અને ગોદાવરી ઊતરતાં ભોજને મળ્યું.

Bhardwaj Desai

૩૨

ભિક્ષા

ક્ષુદ્રમાં ક્ષુદ્ર પ્રાણીની અધમતા ને માનહીનતા મૃણાલવતી અત્યારે અનુભવતી હતી. તેણે ધારેલું પરિણામ આવ્યું નહિ – એટલું જ નહિ, પણ સદાને માટે મુંજ હાથમાંથી ગયો – વખત છે ને તે પ્રાણ પણ ખૂએ. વળી આખા જગતમાં તેની ફજેતી થઈ અને વૈરાગ્યના આડંબરથી જે માન, સત્તા ને શાંતિ મળ્યાં હતાં તે બધાં તદ્દન નાબૂદ થઈ ગયાં. છેલ્લાં-છેલ્લાં લક્ષ્મીદેવીના એક વાક્યે આખા જન્મારાનું વેર લીધું અને હવેથી તૈલંગણનાં કાગડા-કૂતરાં પણ તેની સામે નહિ જુએ એવી અધોગતિએ તે પહોંચી. સુખ ગયું, પ્રણય ગયો, વૈરાગ્ય ગયો, માન ગયું, સત્તા ગઈ, છતાં વસુંધરાએ ન આપ્યો માર્ગ ને યમે ન લીધા પ્રાણ.

તે પોતાના ખંડમાં ગઈ અને શૂન્ય બની બેઠી; તે ન સ્વસ્થ રહી શકી, ન રડી શકી, ન રસ્તો ખોળી શકી. વિલાસની લાલસા, સત્તાનો શોખ ને વૈરાગ્યનો મોહ ત્રણે જાણે વૈતરણી તરી ગયેલાં સ્વજન હોય તેમ દૂરથી તેને છેલ્લાં પ્રણામ કરી રહ્યાં ને સજલ નયને તે પડી રહી – ન તેમને બોલાવી શકી કે ન તેમની પાછળ વૈતરણી ઓળંગી શકી.

મરવાનું મન થયું, પણ યમરાજ આદરવાની હિંમત નહોતી, છતાં યમરાજ ને તૈલપ એ બેમાં તેને યમરાજનું શરણ ઓછું અરુચિકર લાગતું હતું.

પણ રખેને વિષનો પ્યાલો અધૂરો રહી ગયો હોય તેમ તૈલપનાં પગલાં તેના તરફ આવતાં સંભળાયાં. તેનામાં સ્વાસ્થ્ય લાવવાનું જોર નહોતું; સામે

૧૫૦ ❁ પૃથિવીવલ્લભ

થવા જેટલું સ્વમાન નહોતું. જેમ હતી તેમ, વીજળીના પ્રભાવથી પડેલા ઘર સમી, તે નિરાધાર બની બેસી રહી.

તૈલપ આવ્યો. તેણે આટલી વારમાં મૃણાલ વિશે માહિતી મેળવી લીધી હતી. વખત – કવખતે મુંજ સાથેનો તેનો મેળાપ, અકલંકને તેણે આપેલી ખબર ને લક્ષ્મીદેવીનો ટોણો – આ બધાંથી તેને ખાતરી થઈ હતી કે મૃણાલે જ વિષયલાલસામાં મુંજને છોડાવવાનું કાવતરું ઊભું કર્યું હતું. આથી તેના કચવાટનો પાર રહ્યો નહોતો. મૃણાલ વૈરાગ્ય છોડી વિષયી બને મુંજને નસાડવામાં સામેલ થાય, કાવતરાબાજો નાસી છૂટે, જતાં-જતાં અકલંકને હરાવી જાય, ભિલ્લમ જેવો શૂરવીર યોદ્ધો તેને છોડી સ્વાતંત્ર્યનો ઝંડો ઉઠાવે – આ બધા ઉપરાછાપરી પડેલા ઘાથી તે અકળાઈ ઊઠ્યો હતો. એક પલકમાં મૃણાલની બુદ્ધિની ને ભિલ્લમના બાહુની સહાય ગઈ અને ભિલ્લમ અને ભોજ જેવા પ્રતાપી દુશ્મનો પાક્યા, એ ગૂંચવણી જબરી હતી; અને તેમાં મૃણાલના સ્ખલનનું કલંક લાગ્યું: વિજયને શિખરેથી આ ખાઈમાં પડવું એ તે બિચારાને દુઃસહ થઈ પડે તેમાં નવાઈ જેવું નહોતું.

પણ આ ગૂંચવણમાંથી રસ્તો કાઢવાની કે તૂટેલી રચના ફરી ઊભી કરવાની તેને ફુરસદ કે શક્તિ નહોતી. અત્યારે તે માત્ર ક્રોધ ને દ્વેષ બેનો જ ગુલામ થઈ રહ્યો હતો – અને તે બંનેનું કેન્દ્રસ્થાન મુંજ અને મૃણાલ બન્યાં હતાં.

તે આવ્યો અને થોડી વાર નિઃશબ્દ તિરસ્કારથી મૃણાલને જોઈ રહ્યો. તેની ઝીણી આંખોમાં અનિર્વાચ્ય દ્વેષ હતો, તેના હોઠ પર ભયંકર તિરસ્કાર હતો, તેનું મન દ્વેષ અને તિરસ્કારથી કોઈને પણ ભસ્મ કરવા તલપી રહ્યું હતું.

'કેમ તૈલંગણની રાજમાતા !' તેણે ક્રૂર અને શાંત અવાજે કહ્યું, 'અવંતી કેટલું દૂર છે ?'

મૃણાલ જોઈ રહી – શિકારીએ ઘેરેલી હરિણીની નિરાશાભરી આંખે. શું બોલવું તે તેને સૂઝ્યું નહિ. તૈલપે આગળ ચલાવ્યું:

'કુલાંગાર ! આની કરતાં માને પેટે પથ્થર પડી હોત તો વધારે સારું. નિષ્કલંક તપસ્વિની !' કહી તૈલપ ખડખડાટ હસ્યો, 'શો તારો વૈરાગ્ય ને શી

તારી નીતિ! આવું કરતાં તો તૈલંગણની વારાંગનાઓ પણ બિચારી શરમાઈ મરે!'

મૃણાલે નીચેથી ઊંચે જોયું. તેની ફિક્કી આંખમાં નિરાશા હતી. તે તૈલપના શબ્દોનો કંઈ અર્થ સમજવા પ્રયત્ન કરવા લાગી.

તિરસ્કારથી હસીને તૈલપ બોલ્યો: 'તને તૈલંગણમાં બીજું કોઈ ન મળ્યું કે મુંજ પર મોહી પડી?' શબ્દેશબ્દ ખંજર હોય તેમ ધીમેથી કસાઈની રસભરી ક્રૂરતાથી બહેનના હૃદયમાં તે મારી રહ્યો.

તરફડતું પ્રાણી પણ નિરર્થક કરેલા ઘાની ક્રૂરતાથી ગુસ્સો ન શમાવી શકે તેમ નિરાધારીમાં ઘેલી બનેલી મૃણાલમાં પણ ક્રોધના અંકુરો ફૂટ્યા. તેણે સર્વસ્વ ગુમાવ્યું હતું. પણ મુંજ માટેનો મોહ તેવો ને તેવો રહ્યો હતો. પોતાને કહેલા અપશબ્દોની તેને પરવા નહોતી. પણ મુંજ – તેના હૃદયમાં રમી રહેલી એકમાત્ર મૂર્તિ – નું જરા જેટલું અપમાન પણ તેને સાલી ઊઠ્યું. તે તૈલપ સામે જોઈ રહી ને થોડી વારે બોલી:

'તૈલંગણ તો શું પણ આખી પૃથિવી પર એનો જોટો તો બતાવ!'

તૈલપની આંખમાં ભયંકર તેજ આવ્યું. તેના હોઠ કંપી ઊઠ્યા. તેના ક્રોધ અને દ્વેષ પર છવાયેલું તિરસ્કારનું આવરણ ખસી ગયું. તેણે ડોળા ફાડી પૂછ્યું:

'બેશરમ! મારે મોઢે પણ કહેતાં લાજતી નથી?'

'શા માટે લાજું?'. મૃણાલે ખિન્નતાથી કહ્યું. તેનો પ્રભાવશાળી સ્વભાવ પોતાનું સામ્રાજ્ય ધીમે-ધીમે બેસાડતો હતો. 'તું નહોતો સમજ્યો મારો વૈરાગ્ય ને તું નથી સમજતો મારો મોહ. મુંજની મશ્કરી કરે છે? મૂર્ખ! તારા જેવા દસ હજાર તૈલપ ભેગા થાય તોપણ તેને ન પહોંચે.' કહી તે તૈલપની સામે ઊભી થઈ.

'શાબાશ તપસ્વિની! શાબાશ તૈલંગણની રાજમાતા! શા તારા મોઢામાં આ બોલો શોભી રહ્યા છે!'

'શોભી રહે કે નહિ તેની મને પરવા નથી. મારા હાથ અત્યારે હેઠે પડ્યા છે, મારું જીવન મારે હાથે મેં ચૂંથી નાખ્યું છે, મારે મૂવે કોઈ નિસાસો મૂકનાર નથી. હું ઉગ્ર તાપસી હતી, તૈલંગણની રાજવિધાત્રી હતી; હવે બધા

કુલટા કહી મારા નામ પર થૂંકશે' – મૃણાલ શ્વાસ ખાવા જરા થોભી, તૈલપ જરા હસ્યો.

'– છતાં હું તાપસી બની જે ગર્વ ધારતી હતી એટલો જ ગર્વ તેથી વધારે ગર્વ – પૃથિવીવલ્લભની વલ્લભા થઈ ધારું છું.'

'હા – હા – હા –' તૈલપ ખડખડ હસી પડ્યો. 'ત્યારે તું પણ જો. મેં તને અત્યારે સુધી મા સમાન – મારા પરમેશ્વર સમાન – ગણી. હવે તને પૂરેપૂરો સ્વાદ ચખાડું છું.'

'તું શું સ્વાદ ચખાડતો હતો? મને ભાગ્યફૂટીને તો વિધિ કંઈ સ્વાદ ચખાડવામાં મણા રાખતો જ નથી.' તેણે ગમગીનીભર્યા અવાજે કહ્યું.

'પહેલાં તો તારા પૃથિવીવલ્લભને સ્વાદ ચખાડું; પછી તને.'

'તે તો સદા સુખનો સ્વાદ ચાખે છે, તેને શું કરવાનો હતો?'

'હજુ તને મારા પ્રતાપની ખબર નથી.'

હવે તિરસ્કારપૂર્વક હસવાનો વખત મૃણાલને આવ્યો, તે હસી.

તૈલપ ઘૂરક્યો. તેણે મૂંગે મોઢે જઈ બારી ઉઘાડીને કહ્યું: 'જો –'

મૃણાલે એક ડગલું આગળ આવી જોયું. બહાર શેરીમાં એક ઘરના બારણા આગળ મુંજ ઊભો હતો. તેને હાથે ને પગે બેડી હતી. તેના હાથમાં ભિક્ષાપાત્ર હતું, તેની પાછળ બે ખડ્ગધારી સૈનિકો ચાલતા હતા.

'તારો પૃથિવીવલ્લભ સાત દિવસ ઘેરઘેર ટુકડા માગી ખાશે, પછી –'

'પછી?' શ્વાસ ઘેરી મૃણાલે પૂછ્યું.

'પછી – જ્યાં તું ન મળે ત્યાં – યમસદનમાં.'

'કેમ જાણ્યું?'

અત્યારે આવી દયાજનક અધમતામાં પણ મુંજ તેનો તે જ હતો. તેના મુખ પર શાંતિ ને આનંદ હતાં, તેની આંખો ઘડીમાં સૈનિકો જોડે, ઘડીમાં રસ્તે ચાલનાર જોડે વાત કરતાં નાચી રહેતી હતી, તેના ગૌરવમાં કે સ્વાસ્થ્યમાં જરા પણ ભંગ થયો નહોતો; તેના હાથમાં બેડી ને ભિક્ષાપાત્ર રાજચિહ્ન જેવાં લાગતાં હતાં.

જે ઘર આગળ મુંજ ઊભો હતો તેમાંથી એક યુવતી નીકળી અને મુંજ તેમ જ સૈનિકોને જોઈ ગભરાઈ પાછી હઠી.

'સુંદરી ! ગભરાય છે શું કામ ?' સ્નેહ ને આદરભર્યાં નયનો તે સ્ત્રી પર ઠારી, હસીને મુંજે કહ્યું.

'મહારાજ ! –' પેલી સ્ત્રી ક્ષોભથી બોલી.

'આથી બીજું રૂડું શું ? આમ ન હોત તો માન્યખેટના નાગરિકોને પૃથિવીવલ્લભની પિછાન કેમ પડત ? ઘરમાં કંઈ છે ? હોય તો આપ.'

'મહારાજ ! અત્યારે –'

'જે કંઈ હોય તે. તૈલપના રાજ્યભવનના પકવાન કરતાં તો વધારે સારું જ હશે. જોઉં તો ખરો કે પાકશાસ્ત્ર કોનું સરસ – અવંતીનું કે માન્યખેટનું ?'

પેલી સ્ત્રી દોડતી-દોડતી ઘરમાં ગઈ અને કંઈ ખાવાનું લઈ મુંજના ભિક્ષાપાત્રમાં નાખ્યું.

મુંજે હાસ્યભર્યાં નયને કહ્યું : 'સુંદરી ! આટલું યાદ રાખજે,' કહી એક સંસ્કૃતશ્લોક કહ્યો.

પેલી સ્ત્રી ન સમજવાથી જોઈ રહી. મુંજે હસીને કહ્યું : 'હા, ભૂલ્યો, આ અવંતી નથી. જો ચંદ્રલેખા ! આ તારા પુષ્પમાળા શા હાથના સુકુમાર પાશમાંથી પ્રણયી છૂટવાનું કરે તો તેને મૂઢ લેખી તેનો તિરસ્કાર કરજે; કારણ કે પૃથિવીવલ્લભ પણ આ હાથ છે કે પદ્મની દાંડી છે તેના ભ્રમમાં પળવાર ભિક્ષાપાત્રમાં શું નાખ્યું તે જોવાનું વીસરી ગયો.'

પેલી સ્ત્રી શરમાઈ નીચું જોઈ રહી. તેનું મોઢું હસું-હસું થઈ રહ્યું. મુંજ પણ આનંદથી હસતો હતો.

'આ તારો પૃથિવીવલ્લભ, જોયો ?' મુંજ બીજી શેરીમાં વળ્યો એટલે તૈલપે મૃણાલને કહ્યું.

'મેં તો ક્યારનો જોયો છે. તું જોઈ લે, નહિ તો રહી જશે.' મૃણાલે તિરસ્કારથી કહ્યું, 'પૃથિવીવલ્લભ તો આ જ ! તું પ્રાણ પટકશે તોપણ આવો થવાનો નથી.' કહી તે ત્યાંથી ફરી.

હોઠ કરડી તૈલપ ત્યાંથી ચાલ્યો ગયો.

33

પૃથિવીવલ્લભ કેમ ખંચાયો ?

સાત દિવસ સુધી મુંજે ભિક્ષા માગી ને પોતાનો દિગ્વિજય કર્યો; આખું ગામ તેની પાછળ ઘેલું થઈ ગયું; દરેક નરનારી તૈલપને શાપ આપવા લાગ્યાં. દરેક જણ મુંજ બચે તેવી બાધા લેવા બેઠું.

પણ આ વખતે તૈલપ છેતરાય તેમ નહોતો. મૃણાલ પર, મુંજ પર, મુંજની સાથે બોલે તેના પર સખત પહેરો અને શબ્દેશબ્દ તૈલપને કાને જતા. તૈલપને ધીમે-ધીમે માલવરાજના ચમત્કારી વ્યક્તિત્વનું અને પોતાની કથળેલી બાજીનું ભાન આવતું ગયું. અને જેમ-જેમ આ ભાન આવતું ગયું તેમ-તેમ મુંજને મારી નાખવાનો સંકલ્પ તે દૃઢ કરતો ગયો.

ઢંઢેરો પિટાવી તેણે જગતને જાહેર કર્યું કે સાતમે દિવસે સવારે પાપાચારી મુંજને, મૃણાલવતી પાસે ભિક્ષા મંગાવી રહ્યા પછી, હાથીને પગે કચરવામાં આવશે. અને આ વિજયમહોત્સવમાં ભાગ લેવા તેણે આખા દેશને નિમંત્રણ આપ્યું.

આખો દેશ દિંગ થઈ ગયો. હજારો અંતરમાંથી રોષના ને તિરસ્કારના ઉદ્ગારો બહાર પડ્યા. હજારો નયનોમાં આંસુ આવ્યાં. હજારો નિઃશ્વાસો આ અન્યાય સામે મૂંગો પોકાર કરી રહ્યા.

પણ તૈલપનો સંકલ્પ નિશ્ચલ હતો. સાતમે દિવસે આખો દેશ રાજભુવનના આગળના ચોગાનમાં ભેગો થયો. ચારે તરફ બારીઓમાં, છાપરે લોકોની ઠઠ મચી હતી.

રાજભુવનના ઓટલા પર મૃણાલવતી મ્લાન ને ગંભીર વદને ઊભી

હતી. તેના કદરૂપા મોઢા પર શોકે સૌંદર્યની છાયા નાખી હતી; તેની આંખો રડી-રડી રાતીચોળ થઈ ગઈ હતી. અવારનવાર તેના હૈયામાંથી નિઃશ્વાસ નીકળતો હતો. જેનાથી લોકો ત્રાસતા તેને આજે તેઓ દયાભીની નજરે જોઈ રહ્યા. મનમાં પણ તેનું આચરણ વખોડવાની કઠોરતા કોઈ સામાન્ય સ્ત્રીપુરુષ રાખી શક્યાં નહિ.

મૃણાલ પાસે ભિક્ષા મંગાવી મુંજને ક્ષુદ્રતાનો આકરામાં આકરો અનુભવ કરાવવો એવો તૈલપનો વિચાર હતો. મૃણાલ આ હેતુ સમજી અને પહેલાં તેમ કરવા ના પાડી. પણ તૈલપે તેને પળવાર પણ મુંજને મળવા દેવા ના પાડી હતી અને આ હૃદયભેદક શરત કબૂલ કર્યા સિવાય મુંજને મળવાની બીજી તક મળે એવી નહોતી. એટલે આખરે તેણે કબૂલ કર્યું. તેના સખત હૈયા માટે પણ આ આઘાતો અસહ્ય થઈ પડતા હતા.

મૃણાલની બાજુ પર રાણી જક્કલાદેવી ને કેટલીક સખીઓ ઊભી હતી. રાણીનું મુખ પણ ફિક્કું ને ચિંતાભર્યું હતું. સામે તૈલપ ઊભો હતો. મુખ પર ક્રૂરતા અને નિશ્ચલતા હતી. તેની આંખોમાં દ્વેષ ને વિજયનો ઉલ્લાસ હતો. તે પોતાના કટ્ટા વેરી અને મા જેવી બહેનનો છેલ્લો ચિત્તભેદક મેળાપ જોવા – એ બેની વેદના જોઈ આનંદ પામવા – આતુર બની ઊભો હતો.

વચ્ચે ખુલ્લી રાખેલી જગ્યામાં એક મદોન્મત્ત ગજરાજ ડોલતો હતો. તેને નશાથી ચકચૂર બનાવ્યો હતો. તેના પર એક અનુભવી મહાવત બેસી મહામુશ્કેલીએ તેને કાબૂમાં રાખતો હતો. હાથી લાલ આંખો વડે નગરજનોને નિહાળી રહ્યો હતો ને થોડી-થોડી વારે સૂંઢ લંબાવી, અવાજ કરી પોતાનો ગુસ્સો જાહેર કરતો હતો. મુંજ કારાગૃહમાંથી નીકળીને આવ્યો. લોકોમાં શાંતિ પ્રસરી રહી અને બધાં એકીટશે જોઈ રહ્યાં.

ખંચાયા વિના, કોઈના કહ્યા વિના, તે સીધો મૃણાલ ઊભી હતી ત્યાં આવ્યો, ને હસ્યો, તેનું હાસ્ય આખરે પણ સદાના જેવું મોહક હતું.

'કેમ મૃણાલવતી !' ઘણે દિવસે પ્રિયતમાને મળ્યો હોય તેવો રણકાર તેના અવાજમાં હતો. મૃણાલ પેલા અવાજમાં હસી શકી નહિ, પણ તરત મુંજના મોહક હાસ્ય ને અવાજનો જાદુ તેના પર પ્રસર્યો. તે હસી: મીઠું, ધીમું, મ્લાનવદને, તેની આંખો સ્નેહભીની થઈ. બંનેની દૃષ્ટિ તેજસ્વી રીતે એકમેકને

આલિંગી રહી. બધાં શ્વાસ ઘેરી જોઈ રહ્યાં.

'હવે શાનું દાન આપશો?' રસિક પ્રણયી એકાંતવાસમાં જેમ સુમધુરતાથી પૂછે તેમ પૃથિવીવલ્લભે પૂછ્યું, 'જે હતું તે તો ક્યારનું આપી દીધું!'

મૃણાલવતી આ શબ્દો સાંભળી ઘેલી બની ગઈ. તેને રોમેરોમ પ્રણયમારુતનો ભયંકર સુસવાટ વાઈ રહ્યો, તે દુઃખ, સમય ને સ્થળ વીસરી ગઈ – માત્ર મોહાંધ નેત્રે હૃદયનાથની રસિક મૂર્તિ નિહાળી રહી.

'સુંદરી! ગભરાવાનું કારણ નથી. દુનિયા તો ભૂંડી ને અજ્ઞાન છે ને રહેવાની. તમે તો તમારું જીવન સરસ કર્યું – ભલે દુનિયા ગમે તે કહે.'

મૃણાલ ભાન ભૂલી ગઈ – તૈલપનું, નગરજનોનું, લોકજનનું ભિક્ષા આપવાનું પાત્ર હાથમાંથી ફેંકી દીધું ને તે દોડી મુંજના બેડીવાળા પગે વળગી પડી.

'ક્ષમા કરો, મહારાજ! પૃથિવીવલ્લભ મેં તમને જીવતા માર્યા,' કહી મૃણાલે મુંજના પગની રજ માથા પર મૂકી.

'તમે? મારું મૃત્યુ તો હું જન્મ્યો ત્યારનું નક્કી થયું હતું. તેમાં તમે શું કરી શકો? ઊઠો.'

આ જોઈ તૈલપ ઓટલા પરથી કૂદ્યો ને મૃણાલનો હાથ પકડી તેને છૂટી પાડી. લોકોની ને સૈનિકોની આંખમાંથી આંસુ પડ્યાં.

'તૈલપ! મારા પરનું વેર એ બાપડી પર કાઢ્યે શો ફાયદો?'

'ચૂપ રહે, ચંડાલ!'

'શા માટે હું રહું?' હસીને મુંજે કહ્યું, 'ચૂપ રહેવાનો વખત તો તારે છે. આ પળે તારો દિગ્વિજય પૂરો થયો.'

ગુસ્સામાં શું કહેવું તે ન સૂઝતાં તૈલપ મૂંગો રહ્યો. મુંજે પોતાનું તેજસ્વી મુખ ચારે તરફ ફેરવ્યું. હસ્યો ને બધાં સાંભળે એમ કહ્યું:

'મૂર્ખ! કંઈ નજરે સૂઝે છે? અવંતીના સિંહાસન પર સિંહ સમો મારો ભોજ ગર્જે છે અને સ્યૂનદેશમાં ભિલ્લમ મારું વેર વાળવા તલસે છે. તારી બહેન ને તારી પ્રજા તારી નથી રહી – મારી બની છે. વિજય કોનો? મારો કે તારો?'

'હમણાં મારો હાથી તારો વિજય દેખાડશે,' કહી તૈલપ મૃણાલને ઓટલા પર બેસાડીને આગળ આવ્યો.

મુંજ ખડખડાટ હસ્યો.

'એમાં મારો વિજય કે તારો ? તું મને નમાવવા માગતો હતો ને હું વગર નમે જીવન પૂરું કરીશ. તું નીતિનો આડંબર ધારતો હતો ને અત્યારે તેને છોડી રાજહત્યાનું પાપ વહોરે છે. વિજેતા કોણ ? હું કે તું ?'

મુંજનો અવાજ તિરસ્કારભર્યો તે મેદનીમાં ગાજી રહ્યો.

તૈલપે અકળામણમાં હોઠ કરડ્યા. તેની આંખમાંથી વિષભર્યાં કિરણો ફૂટ્યાં.

'સૈનિકો ! પકડો એને.'

'શા માટે ? હું જ મારી મેળે આ ચાલ્યો.' કહી ગજેન્દ્ર સમા, ગૌરવભર્યાં ડગ ભરતો તે ગજરાજ તરફ ચાલ્યો.

બધાં જોઈ રહ્યાં – આંખો ફાડીને. બધાનો શ્વાસ રૂંધાઈ રહ્યો.

મુંજ શાંતિથી આગળ ચાલતો – પાછળ તૈલપ ને થોડા સૈનિકો આવતા.

પેલા હાથી આગળ આવી મુંજ ઊભો રહ્યો ને તૈલપના હુકમથી સૈનિકોએ તેની બેડી કાઢી નાખી.

બેડીઓ છૂટી કે મુંજ ટટાર ઊભો રહ્યો. તેણે પોતાના કપાળ પર પડતા વાળ ઊંચા કર્યા. અને વિશાળ ભાલથી ઓપતું મુખ લોકો તરફ ને મૃણાલ તરફ ફેરવ્યું. તેની આંખમાં નીડરતા હતી; પૃથિવીની વલ્લભતાસૂચક તેજ હતું; તેના હોઠ પર મીઠું, ગૌરવભર્યું હાસ્ય હતું.

લોકોને કમકમાં આવ્યાં. કેટલાંક સ્ત્રીપુરુષો રડવા લાગ્યાં. મૃણાલ ગાંડાની માફક જોઈ રહી. સૈનિકો હોઠ પર હોઠ બીડી કર્તવ્યપરાયણ થઈ રહ્યા.

'તૈલપ !' નિરાંતે મુંજે કહ્યું, 'જો, જો. મારું મૃત્યુ આખરે તો પૃથિવીવલ્લભને શોભે એવું જ રચાયું.'

તૈલપ નિશ્ચલ હોઠે ક્રૂરતાભર્યો ઊભો હતો. તેના હૃદયમાં નિરાશા પ્રસરતી હતી. તેને લાગતું હતું કે મરતાં-મરતાં પણ મુંજ પોતાનો વિજયધ્વજ

ફરકાવતો હતો. મુંજ જરા ખિન્ન થાય, તેની વલ્લભતા જરા અદ્દષ્ટ પામે તેની વાટ તે જોઈ રહ્યો હતો.

'ચાલ ! નહિ તો સૈનિકોને બોલાવું.'

મુંજે એક તિરસ્કારભરી નજર તૈલપ પર નાખી ને હાથીની સૂંઢ પાસે બે ડગલાં તે આગળ ગયો.

ત્યાં જઈ તે ખંચાઈ ઊભો.

તૈલપને જોઈતી તક મળી – 'કેમ, ગભરાયો ?'

'પૃથિવીવલ્લભ ગભરાય તો પૃથિવી રસાતલ જાય, ગાંડા ! એ તો માત્ર એક વિચાર આવ્યો.'

'શો ?'

'એટલો જ –' ગર્વથી મુંજે માથું ઊંચું કર્યું, તેની આંખો જરા સ્નેહભીની થઈ, '– કે બિચારી સરસ્વતીનું શું થશે ?'

લક્ષ્મીર્યાંસ્યતિ ગોવિંદે વીરશ્રીર્વીરવેશ્મનિ ।
ગતે મુંજે યશ:પુંજે નિરાલંબા સરસ્વતી ।। ૧ ।।[×]

એટલું કહી અનિર્વાચ્ય તિરસ્કારથી તૈલપ તરફ પૂંઠ કરી તે હાથી તરફ ફર્યો.

'ગજરાજ ! રાજાઓમાં ગજ એવો પૃથિવીવલ્લભ તારી પાસે આવ્યો છે.'

થોડી વાર વિચાર કરતાં, રમતો હોય તેમ હાથી સૂંઢ હલાવી રહ્યો અને મુંજે તેને પંપાળ્યા કર્યો, આખરે શાંતિથી તેની સૂંઢે તે વળગ્યો ને ઉપરથી મહાવતે અંકુશ માર્યો. હાથીએ સૂંઢ વીંટી મુંજને ઊંચકી લીધો.

હાથીએ સૂંઢનું પૂછડું ઊંચું કર્યું – નીચે કર્યું; અનેક વાર તેની વચ્ચે હસતો, પ્રભાવભરી આંખો વડે ગર્વ દર્શાવતો પૃથિવીવલ્લભ કાલીનાગને નાથતા શ્રીકૃષ્ણ સમો લોકોની નિશ્ચલ ને સજલ આંખો અગાડી રમી રહ્યો. ગજેન્દ્રે ઘોષ કર્યો ને સૂંઢને એક ઝોક વધારે આપ્યો. પૃથિવીવલ્લભનો વિજયઘોષ ગાજી રહ્યો :

+ લક્ષ્મી તો ગોવિંદને ત્યાં જશે, કીર્તિ વીરોને ત્યાં જશે, પણ યશના પુંજરૂપ મુંજરાજ મરતાં બિચારી સરસ્વતી નિરાધાર થઈ રહેશે.

'જય મહાકાલ !

*　　　　*　　　　*

લોકોમાં હાહાકાર થયો. મૃણાલવતીની કારમી ચીસ ગગનભેદી રહી. મુંજ હાથીના પગ તળે અદૃષ્ટ થઈ ગયો હતો. હાથીએ પગ મૂક્યો. – ભાર દીધો, કચરાવાનો અવાજ થયો ને તેણે પગ ઊંચકી લીધો.

જમીન પર પૃથિવીવલ્લભનું શબ છૂંદાઈને રોટલો બની પડ્યું હતું.

પરિશિષ્ટ

સેગાંવ,
વર્ધા
તા. ૨૬-૯-૩૬

ભાઈ મુનશી,

કાકાસાહેબ તમારા પરિચયમાં ખૂબ આવી રહ્યા છે. તેથી તમારાં લખાણો વાંચવાની **તક** મેળવી લે છે. તેમણે 'પૃથિવીવલ્લભ' વાંચ્યું ને મને વાંચી જઈ તેની **ઉપર** મારો અભિપ્રાય આપવાનો આગ્રહ કર્યો. ચાર દિવસ પહેલાં વાંચી **નાખ્યું** ને હવે મારો અભિપ્રાય તમને જ મોકલું છું. કાકાસાહેબ આ વાંચશે. તમે તો મને તમારાં કેટલાંક પુસ્તક જેલમાં જ મોકલ્યાં હતાં ત્યાં તો તેમાંનું કંઈ વાંચવા ન પામ્યો. તમે તે વખતે જ મારો અભિપ્રાય માગ્યો હતો. 'પૃ. વ.' બહુ રસપૂર્વક વાંચી ગયો. તેમાંનું એક્કેય પાત્ર મને ગમ્યું નહીં. મુંજ જેવા થવાની ઇચ્છા પણ ન થઈ. એમ કેમ? પાત્રોને હોય તેવાં તમે ચીતર્યાં છે એમ કહો તો એ બરોબર બંધ નહીં બેસે. આ પચરંગી દુનિયામાં કોઈક તો સારા હશે, દંભ વિનાના હશે, કોઈક તો વફાદાર હશે. મૃણાલના તમે ચૂરા કર્યા, વિલાસ બિચારી રસનિધિ આગળ મીણ થઈ ગઈ. પુરુષો એવા ધૂર્ત ને ચાલીસ વર્ષની કદરૂપી સ્ત્રી પણ પુરુષની મોહક વાતમાં ને તેના ચાળામાં પોતાના હાથ હેઠે નાખી દે? માણસ વાંચે શાને સારુ? કેવળ મોજ માણવા ને તે પણ કેવી? કાલિદાસે એવું ન લખ્યું, શેક્સપિયરની છાપ મારી ઉપર એવી ન પડી. તેઓની પાસેથી કંઈક શીખ્યો.

તમારી પાસેથી કેમ નહિ ? તમે પોતે તો મને રૂપાળા લાગો છો. તમારી તરફ હું આકર્ષાયો છું. તમ બંનેની પાસેથી ઘણું મેળવવાની આશાઓ બાંધી રહ્યો છું. તમારી જે સારામાં સારી કૃતિ ગણાય છે ('પૃ. વ' ગણાય છે ના ?) તેમાં હું કેમ તમારું દર્શન ન કરી શક્યો ? આ મારી ગૂંચ કાકા થોડા જ ઉકેલી શકે ? એ તો તમે જ ઉકેલી શકો. આનો જવાબ તુરત આપવાપણું હોય જ નહીં.

હવે થોડો વિનોદ કરી લઉં. તમારું છેલ્લું વાક્ય કંઈક આમ છે : 'મુંજનું શબ હાથીના પગ તળે છૂંદાઈ રોટલો બની પડ્યું.' રોટલો શબ્દ તો સારો લાગ્યો. પણ શરીરનો રોટલો બની જ ન શકે એ વિચાર્યું છે ? 'છૂંદો થઈ રહ્યું' તો ચાલે. શરીરનો મુરબ્બો થાય, ચૂર્ણ થાય, રોટલો બનવો અશક્ય છે.

બાપુના આશીર્વાદ

મુંબઈ,

તા. ૫-૧૦-૩૬

પૂજ્ય બાપુજીની સેવામાં,

'પૃથિવીવલ્લભ' સંબંધી આપનો પત્ર વાંચી મને અજાયબી નથી થઈ. આ બાબતમાં આપનું દૃષ્ટિબિંદુ હું જાણું છું. અને "Gujarat and Its Literature"માં મેં તે લખ્યું પણ છે.

પણ મારા સ્વભાવે સાહિત્યસર્જનનો જુદો માર્ગ બતાવ્યો છે. હું સાહિત્ય માટે ઉપયોગિતાનું ધોરણ સ્વીકારી શક્યો નથી.

આપે 'Art for Art's Sake' નો નમૂનો કાકાસાહેબ પાસે માગ્યો હતો, અને એમણે 'પૃ.વ.' સૂચવ્યું હતું એમ કહેતા હતા.

આ વાર્તાનું વસ્તુ ગુજરાતમાં ૯મી કે ૧૦મી સદીમાં અપભ્રંશમાં લખાયેલા કાવ્યના અવશેષો અને ૧૫મી સદીમાં એક જૈન સાધુએ લખેલા પ્રબંધમાંથી લીધું છે. ૧૯૧૪-૧૫માં યોગસૂત્રે કલ્પેલા વૈરાગ્યપ્રધાન Superman અને જર્મન તત્ત્વજ્ઞાની નિટ્શેએ કલ્પેલા વૃત્તિવિલાસમાં અપૂર્વ એવો Blonde Beastની ભાવનાઓ વચ્ચે હું ઝૂલતો હતો, આમ ઝૂલતાં-ઝૂલતાં મુંજ અને મૃણાલનાં વ્યક્તિત્વ જન્મ્યાં. આ ભેદ 'માનવતાનાં આર્ષદર્શનો' નામના આદિવચનમાં દર્શાવ્યો છે. (આ સાથે મોકલેલા 'ગુજરાત,

એક સાંસ્કૃતિક વ્યક્તિ'માં આવે છે.)

કાલિદાસ અને શેક્સપિયર જેવું હું લખી શકું તો પછી હું ગાંગો તેલી શા માટે રહું? રાજા ભોજ ન બનું?

બીજું 'પૃથિવીવલ્લભ' 'Literature of Inspiration'નો નમૂનો નથી; 'literature of Escape'નો છે, શીખવવાનો કે પ્રેરવાનો હેતુ એમાં નથી; કલ્પનાવિલાસી લેખકના મનમાં ઉદ્ભવતાં ચિત્રોને શબ્દદેહ આપવાનો છે, એ ચિત્રો ચિત્રકારની કલ્પનામાં પ્રચંડ સચોટતાથી તરી આવે છે એ જ એમનો જન્મી પડવાનો હક્ક. અને માતાની માફક ધારેલા એ બાળકને – પછી જેવું હોય તેવું – જન્મ દેવામાં જ લેખકનું સાફલ્ય.

જો એ રસદાયી નીવડે તો પછી શા સારુ એને બીજાં ધોરણો વડે ડામવું? રસદાયિત્વ એ ધોરણ શા માટે નહિ?

સેફોનાં ઊર્મિગીત; જયદેવનું ગીતગોવિંદ; નરસિંહની રાસસહસ્રપદી; શેલીનું Epipsychidion; આનાતોલ ફ્રાન્સનું thais – આ બધાં આવા જ કોઈક નિયમને વશ થઈ, સર્જકની કલ્પનામાંથી બહાર પડ્યાં. એમાંથી શીખવાનું ન જડે, પણ યુગ યુગે માનવહૃદય એ વાંચવા ઝંખે છે.

આવા જ કુલનું એક નજીવું પુસ્તક 'પૃ. વ.' છે. સાહિત્યપ્રવૃત્તિમાં હું કલ્પનાવિલાસી છું – આચારે કૈંક સીધો છું. તોપણ મને ધૂન થાય, વિચાર આવે કે આદર્શ આકર્ષે તે વસ્તુ ને પાત્રો બની બહાર પડે છે; અને પછી તેમને લખી નાખું છું – કે લખી નાખવાં પડે છે. એટલે મેં સારાંનરસાં માણસો ને પ્રસંગો આલેખ્યાં છે – શીખવવાના કે પ્રેરવાના હેતુથી નહિ – પણ સર્જકતાની ધૂનમાં અને આત્મકથનની અણદબાતી વૃત્તિથી.

આ સર્જકતાને મેં સ્વધર્મ માન્યો છે. स्वभावनियतं कर्मं कुर्वन्नाप्नोति किल्बिषम् — એ ન્યાયે એ સ્વધર્મ પર સાહિત્યનો સિદ્ધાંત રચ્યો છે : કલ્પના જે સરસ વસ્તુ સર્જે તેને સાહિત્યમાં સ્થાન પામવાનો સંપૂર્ણ અધિકાર છે.

મુંજ કૈંક અંશે અવાસ્તવિક છે; તો તે જ પ્રમાણે કૈવલ્યપદ પામેલો યોગી પણ અવાસ્તવિક લાગી જાય છે. જો બંને રીતે દુ:ખનો આત્યન્તિક અભાવ – પરમ આનંદ – મળી શકે તો એ બે પ્રયોગ સરખા થઈ રહે – આ એક દૃષ્ટિબિંદુ! વીશ વર્ષના મનન ને અભ્યાસે હવે તો સ્પષ્ટ દેખાય છે કે

વીતરાગભયક્રોધ વિના પરમ આનંદ પ્રાપ્ત થાય નહિ. એટલે મારો મુંજ – જેમાં રાગ છે પણ ભય ને ક્રોધ નથી – એ તો સસલાનું શૃંગ જ બની ગયો.

આનો તીવ્ર સ્વાનુભવ થયો ત્યારે 'શિશુ અને સખી'ના છેલ્લા ખંડો લખાયા. એ પણ આ સાથે મોકલું છું. એ Prose – poem છે, કૈંક જગ્યાએ ક્લિષ્ટ છે. પણ એ પણ Art for Art's Sake નો નમૂનો છે. જેલમાં બેસી ભૂતજીવનનાં કેટલાંક ચિત્રો દ્વારા આત્મકથન કરવાની તીવ્ર ઇચ્છાથી એ લખાયું છે. એમાં માણસો ઓળખાય તોય તેમને પામર ગણી કાઢજો. એક રીતે ગમશે. Incidentally, ગુજરાતીમાં સારી કૃતિ ગણાઈ ગઈ છે.

'આદિવચનો' પણ મોકલું છું. એમાં એક બારડોલી વિશે છે: મૂલ્યપરિવર્તન. બીજું આપના પર છે: 'સ્વપ્નસૃષ્ટિની શોધમાં.' 'અસ્પૃશ્યતા નહોતી ત્યારે' એ તો આપે વાંચ્યું છે. દરેક વર્ષે એક-એક ભાષણ આપી જીવન અને સાહિત્યનો તે વર્ષનો પ્રધાનમંત્ર ઉચ્ચારું છું.

'પૃથિવીવલ્લભ' મારી સારામાં સારી કૃતિ કેટલાક ગણે છે. ઘણા 'વેરની વસૂલાત' ગણે છે. એમાં 'કર્મયોગ'ની ભાવના પર કેટલાંક સ્ત્રીપુરુષો ચીતર્યાં છે. આપ હિંદુસ્થાન આવ્યા તે પહેલાં લખી હતી – એટલે કેટલાક રંગ પૂરવા રહી ગયા છે.

આ બધાં પુસ્તકો વાંચવા માટે નથી મોકલાવતો. કોઈક વાર વખત ને રુચિ હોય તો ડોકિયું કરજો. એટલે એમ તો નહીં જ લાગે કે, હું 'પૃ. વ.' ને 'બ્રહ્મચર્યાશ્રમ' જ લખ્યા કરું છું.

હવે તો પરિષદમાં મળશું.

લિ.

કનુ મુનશીના પ્રણામ

તા.ક. શરીરનો દબાઈને રોટલો કેમ ન થાય – ચપ્પટ બની જાય તો ? એ ભરૂચી idiom છે.

તા.ક. પંડિતજીનો જવાબ આવ્યો છે તેની નકલ મોકલું છું – માત્ર જાણ માટે.

ક.મુ.

■ ■ ■